新編 泰語 基礎教程②

韓良平編著　萬里機構・萬里書店出版

U0063790

本書所有聲音檔案可掃描此 QR Code 在網站中找到。

新編泰語基礎教程（2）

編著者
韓良平

讀音示範
韓良平　　Sunee Pimaikant

編　輯
何健莊

出版者
萬里機構・萬里書店
香港鰂魚涌英皇道1065號東達中心1305室
電話：2564 7511　　傳真：2565 5539
網址：http：//www.wanlibk.com

發行者
香港聯合書刊物流有限公司
香港新界大埔汀麗路36號中華商務印刷大廈3字樓
電話：2150 2100　　傳真：2407 3062
電郵：info@suplogistics.com.hk

承印者
美雅印刷製本有限公司

出版日期
二〇〇六年六月第一次印刷
二〇一六年十月第三次印刷

萬里機構

萬里 Facebook

出版說明

　　「萬里有聲叢書」是學習語言的輔導讀物，自六十年代迄今，已出版了近百種讀本，語種包括英語、日語、法語、德語、意大利語、葡萄牙語、韓語、泰語以及中國的廣東話和普通話等等。發聲媒體亦與時並進，由最早的軟膠唱片，演變成錄音帶，再演變成CD，隨著網絡的發展，我們進一步將聲音檔案電子化，放在網站上供讀者以 QR Code 下載。

　　五十年來，「萬里有聲叢書」都由專家把關，各書編寫認真，注重學習實效。課文內容豐富，與日常生活息息相關；示讀發音清晰、標準。讀者可以根據自己的水平和需要選購，看書聽聲，多讀、多聽、多練、多比較，便可切切實實地提高所學語言的實際應用能力。

萬里機構編輯部

編者的話

　　《新編泰語基礎教程》分兩冊，本書是第二冊，經過反覆修改，終於完成了。本教材是為了有興趣學習泰語的朋友而編寫的。從文字入手，深入淺出地從字母、語音、詞語、短語、句子、短文，逐步到語音知識、語法知識，不斷掌握和提高讀和寫的能力。我們知道語言是人們最重要的交際工具，這種工具以語音為物質外殼，以詞彙為建築材料，以語法為結構規律而構成體系，《新編泰語基礎教程》是根據這個觀點來編寫的。另外一點是根據多年來在教授泰語的過程當中所得到的教訓，所取得的寶貴經驗，希望能適合於愛好學習泰語朋友的需要，並能幫助朋友們學好泰語。《新編泰語基礎教程(一)》著重於單輔音和複合輔音、長元音、長元音的開音節、以清輔音和濁輔音收尾音的閉音節、基本前引字的音節。本書《新編泰語基礎教程(二)》主要是學習短元音、短元音的開音節、以清輔音和濁輔音收尾音的閉音節、高輔音前引字、中輔音前引字、各種前引字的音節、以及各種特殊的拼合方法。不管怎麼樣，《新編泰語基礎教程》一、二兩冊，都力求從泰文的特點入手，簡明通俗地通過實例加以說明，由淺入深，並強調其實用性，不僅能使初學者掌握泰語的拼合規律，語法知識和日常所用語言。通過文字的的學習使學員對泰國的文化，風土人情以及禮儀習俗有一些初步的認識。當然要學好泰語，掌握更多的詞語，能夠獨立地運用泰語，自己是要付出一定的代價，那就是要勤讀、勤寫、勤認、勤記。用心學習，為進一步學好泰語打下良好的基礎。

本書在編寫的過程中，得到許多熱愛泰國文化朋友的支持，並提出很多寶貴的意見，又得到出版社朋友的全力支持，在此一併表示衷心的感謝。

限於水平及編寫時間比較倉卒，錯漏之處在所難免。懇請讀者、專家不吝指教。

本書獻給熱愛泰國文化的朋友們！

韓良平

2006 年 2 月

目 錄

編者的話 4

第一課 開音節中的短元音 9
บทที่ ๑ สระเสียงสั้นในพยางค์เปิด

第二課 閉音節中的短元音 23
บทที่ ๒ ตัวสะกดสระเสียงสั้นในพยางค์ปิด

第三課 短音符號" ั "和元音"เ-"的用法 38
บทที่ ๓ การใช้ไม้ไต่คู้" ั "และสระใอไม้ม้วน"เ-"

第四課 高輔音和中輔音前引字 52
บทที่ ๔ อักษรสูงและอักษรกลางนำหน้า

第五課 其他形式的前引字 65
บทที่ ๕ อักษรนำรูปลักษณะอื่น

第六課 "ร"和"รร"的用法 78
บทที่ ๖ การสะกด"ร"และรหัน(รร)

第七課 不發音符號" ์ "的用法 91
บทที่ ๗ การใช้ไม้ทัณฑฆาต" ์ "

第八課 不發音的短元音" ิ " " ุ " 107
บทที่ ๘ สระเสียงสั้น" ิ " " ุ "ที่ไม่ต้องออกเสียง

第九課 梵文元音的運用 119
บทที่ ๙ การใช้สระเกิน

第十課 例外的讀音 132
บทที่ ๑๐ การออกเสียงพิเศษ

第十一課 泰語常用的標點符號 144

บทที่ ๑๑ การใช้เครื่องหมายวรรคตอน

第十二課 數字和量詞 157

บทที่ ๑๒ ตัวเลขและลักษณะนาม

附錄 ภาคผนวก 177

1.泰語的三組輔音的拼讀 การผันเสียงของอักษร๓หมู่

2.泰國度量衡 มาตราชั่งตวงวัดของไทย

3.十二黃道 จักรราศี

4.十二生肖 ปีนักษัตร

5.泰國 76 個府 ประเทศไทย๗๖จังหวัด

6.泰國歷代國王 ลำดับพระมหากษัตริย์ไทย

短元音 สระเสียงสั้น

泰語有 32 個元音，我們已經學習過其中 12 個長元音，即是：อา อี อือ อู เอ แอ โอ ออ เออ เอีย เอือ อัว。有了長元音為基礎，短元音就好學得多了。在這課裡我們再學 12 個短元音，這 12 個短元音中，有單元音，也有複合元音，它們是：อะ อิ อึ อุ เอะ แอะ โอะ เอาะ เออะ เอียะ เอือะ อัวะ，其中 เอียะ เอือะ อัวะ 三個是複合短元音，其他 9 個是單短元音。長元音發音的特點是聲音長，而短元音的發音特點是聲音短。長元音詞語比較多，短元音詞語相對地少。兩種元音的主要區別是，一種是長音，一種是短音。

12 個短元音的發音特點是：

短元音	發音特點	名　稱	例
อะ(a)	發 อา(ar)的短音	สระอะ	กะ ขะ คะ
อิ(i)	發 อี(ee)的短音	สระอิ	ติ สิ ซิ
อึ(eu)	發 อือ(eu)的短音	สระอึ	ตี หึ รึ
อุ(u)	發 อู(ar)的短音	สระอุ	จุ สุ พุ
เอะ(e)	發 เอ(ea)的短音	สระเอะ	เตะ เหะ เพะ
แอะ(ae)	發 แอ(ae)的短音	สระแอะ	แกะ แฉะ แพะ
โอะ(o)	發 โอ(oh)的短音	สระโอะ	โปะ โขะ โงะ
เอาะ(oa)	發 ออ(or)的短音	สระเอาะ	เกาะ เถาะ เงาะ

เออะ(er)	發 เออ(er)的短音	สระเออะ	เจอะ เถอะ เลอะ
เอียะ(ia)	發 เอีย(ia)的短音	สระเอียะ	เกียะ เสียะ เยียะ
เอือะ(ua)	發 เอือ(ua)的短音	สระเอือะ	เกือะ เขือะ เคือะ
อัวะ(uw)	發 อัว(uw)的短音	สระอัวะ	ตัวะ ผัวะ ยัวะ

短元音的拼音　การผันเสียงสระเสียงสั้น

短元音和輔音的拼合方法和長元音一樣，先讀出輔音然後滑向
短元音，就拼合出所需要的聲音。短元音與各種輔音拼合時，
所拼合的聲調是不同的，下面分別解釋說明。

中輔音與短元音相拼合時，發第一聲調即低平調，通常不能加
聲調符號，例如：　◎

กะ	估計／預訂／輪班／與
จุ	大／足／滿／容納／象聲詞
ติ	嫌／指責／批評／非議
เบาะ	墊子／靠墊／位置／輕輕

中輔音與短元音相拼合　อักษรกลางผันเสียงกับสระเสียงสั้น　◎

	ก(g)	จ(j)	ด(d)	ต(t)	บ(b)	ป(p)	อ(o)
-ะ (a)	กะ	จะ	ดะ	ตะ	บะ	ปะ	อะ
-ิ (i)	กิ	จิ	ดิ	ติ	บิ	ปิ	อิ
-ึ (eu)	กึ	จึ	ดึ	ตึ	บึ	ปึ	อึ
-ุ (u)	กุ	จุ	ดุ	ตุ	บุ	ปุ	อุ
เ-ะ(e)	เกะ	เจะ	เดะ	เตะ	เบะ	เปะ	เอะ
แ-ะ(ae)	แกะ	แจะ	แดะ	แตะ	แบะ	แปะ	แอะ
โ-ะ(o)	โกะ	โจะ	โดะ	โตะ	โบะ	โปะ	โอะ

เ-าะ(or)	เกาะ	เจาะ	เดาะ	เตาะ	เบาะ	เปาะ	เอาะ
เ-อะ(er)	เกอะ	เจอะ	เดอะ	เตอะ	เบอะ	เปอะ	เออะ
เ-ียะ(ia)	เกียะ	เจียะ	เดียะ	เตียะ	เบียะ	เปียะ	เอียะ
เ-ือะ(ua)	เกือะ	เจือะ	เดือะ	เตือะ	เบือะ	เปือะ	เอือะ
-ัวะ(uw)	ก้วะ	จ้วะ	ด้วะ	ต้วะ	บ้วะ	ป้วะ	อ้วะ

低輔音與短元音相拼合時，發第三聲調即高平調，通常不能加
聲調符號，例如：

   ครี 陳舊／過時

   เงาะ 紅毛丹

   แพะ 山羊

   เยาะ 譏笑／嘲笑／譏諷

低輔音與短元音相拼合　อักษรต่ำผันเสียงกับสระเสียงสั้น

	ค(kh)	**ง**(ng)	**ช**(ch)	**ซ**(s)	**ท**(t)	**น**(n)	**พ**(p)
-ะ (a)	คะ	งะ	ชะ	ซะ	ทะ	นะ	พะ
-ิ (i)	คิ	งิ	ชิ	ซิ	ทิ	นิ	พิ
-ื (eu)	คี	งี	ชี	ซี	ที	นี	พี
-ุ (u)	คุ	งุ	ชุ	ซุ	ทุ	นุ	พุ
เ-ะ(e)	เคะ	เงะ	เชะ	เซะ	เทะ	เนะ	เพะ
แ-ะ(ae)	แคะ	แงะ	แชะ	แซะ	แทะ	แนะ	แพะ
โ-ะ(o)	โคะ	โงะ	โชะ	โซะ	โทะ	โนะ	โพะ
เ-าะ(or)	เคาะ	เงาะ	เชาะ	เซาะ	เทาะ	เนาะ	เพาะ
เ-อะ(er)	เคอะ	เงอะ	เชอะ	เซอะ	เทอะ	เนอะ	เพอะ
เ-ียะ(ia)	เคียะ	เงียะ	เชียะ	เซียะ	เทียะ	เนียะ	เพียะ
เ-ือะ(ua)	เคือะ	เงือะ	เชือะ	เซือะ	เทือะ	เนือะ	เพือะ
-ัวะ(uw)	ค้วะ	ง้วะ	ช้วะ	ซ้วะ	ท้วะ	น้วะ	พ้วะ

	ฟ(f)	ม(m)	ย(y)	ร(r)	ล(l)	ว(w)	ฮ(h)
-ะ (a)	ฟะ	มะ	ยะ	ระ	ละ	วะ	ฮะ
-ิ (i)	ฟิ	มิ	ยิ	ริ	ลิ	วิ	ฮิ
-ี (eu)	ฟี	มี	ยี	รี	ลี	วี	ฮี
-ุ (u)	ฟุ	มุ	ยุ	รุ	ลุ	วุ	ฮุ
เ-ะ(e)	เฟะ	เมะ	เยะ	เระ	เละ	เวะ	เฮะ
แ-ะ(ae)	แฟะ	แมะ	แยะ	แระ	และ	แวะ	แฮะ
โ-ะ(o)	โฟะ	โมะ	โยะ	โระ	โละ	โวะ	โฮะ
เ-าะ(or)	เฟาะ	เมาะ	เยาะ	เราะ	เลาะ	เวาะ	เฮาะ
เ-อะ(er)	เฟอะ	เมอะ	เยอะ	เรอะ	เลอะ	เวอะ	เฮอะ
เ-ียะ(ia)	เฟียะ	เมียะ	เยียะ	เรียะ	เลียะ	เวียะ	เฮียะ
เ-ือะ(ua)	เฟือะ	เมือะ	เยือะ	เรือะ	เลือะ	เวือะ	เฮือะ
-ัวะ(uw)	ฟัวะ	มัวะ	ยัวะ	รัวะ	ลัวะ	วัวะ	ฮัวะ

高輔音與短元音相拼合時，發第一聲調即低平調，通常不能加聲調符號，例如： ◎

    แฉะ 濕漉漉／爛糊／泥濘／遲緩

    ผลิ 發芽／萌芽／長葉／開花

    ผุ 朽／爛／腐／蛀蟲

    สะ 稱心／滿意／放置／堆積

高輔音與短元音相拼合　อักษรสูงผันเสียงกับสระเสียงสั้น ◎

	ข(k)	ฉ(ch)	ถ(th)	ผ(pt)	ฝ(f)	ส(s)	ห(h)
-ะ (a)	ขะ	ฉะ	ถะ	ผะ	ฝะ	สะ	หะ
-ิ (i)	ขิ	ฉิ	ถิ	ผิ	ฝิ	สิ	หิ
-ี (eu)	ขี	ฉี	ถี	ผี	ฝี	สี	หี
-ุ (u)	ขุ	ฉุ	ถุ	ผุ	ฝุ	สุ	หุ

เ-ะ(e)	เขะ	เฉะ	เถะ	เผะ	เฝะ	เสะ	เหะ
แ-ะ(ae)	แขะ	แฉะ	แถะ	แผะ	แฝะ	แสะ	แหะ
โ-ะ(o)	โขะ	โฉะ	โถะ	โผะ	โฝะ	โสะ	โหะ
เ-าะ(or)	เขาะ	เฉาะ	เถาะ	เผาะ	เฝาะ	เสาะ	เหาะ
เ-อะ(er)	เขอะ	เฉอะ	เถอะ	เผอะ	เฝอะ	เสอะ	เหอะ
เ-ียะ(ia)	เขียะ	เฉียะ	เถียะ	เผียะ	เฝียะ	เสียะ	เหียะ
เ-ือะ(ua)	เขือะ	เฉือะ	เถือะ	เผือะ	เฝือะ	เสือะ	เหือะ
-ัวะ(uw)	ขัวะ	ฉัวะ	ถัวะ	ผัวะ	ฝัวะ	สัวะ	หัวะ

短元音的聲調　เสียงวรรณยุกต์สระเสียงสั้น

在開音節裡輔音與短元音相拼合時，一般不能加聲調符號，即是說聲調的變化不大，但也有例外的情況，例如：

จ๊ะ　有禮貌答應語／是／對／行；敬語助詞／吧／啊

จ้ะ　敬語助詞／啊／呀／哪／吧

โต๊ะ　桌／台／案

เอ๊ะ　嘆詞／啊／呵

ค่ะ　女性答應語／表示文雅，謙虛有禮貌　等。

請看開音節中輔音與短元音相拼合的聲調：

輔音字母 พยัญชนะ	中平調 เสียงสามัญ	低平調 เสียงเอก	升降調 เสียงโท	高平調 เสียงตรี	上升調 เสียงจัตวา
中輔音 อักษรกลาง		กะ			
低輔音 อักษรต่ำ			ค่ะ	คะ	
高輔音 อักษรสูง		ขะ			

กระจาย	分散／散布／分解
กระดาษ	紙／紙張
กระป๋อง	罐／罐頭
กระเป๋า	提包／箱／兜／口袋
กระเพาะ	胃
กะทิ	椰子漿
กะปิ	蝦醬
กะเพรา	零陵香／紫蘇葉／金不換
กิริยา	舉動／態度／教養／禮貌
กุหลาบ	玫瑰／月季／薔薇
เกะกะ	雜亂／礙事
เกาะ	島／抓／扶／攀／棲息／粘着
แกะ	綿羊／刻／雕刻／取出
ขรุขระ	坎坷／崎嶇不平
ครี	陳舊／過時
คละ	混雜／混合／攙雜
คะ	女性助語詞，表示祈使疑問
ค่ะ	女性應答語，表示文雅謙虛有禮
เงาะ	紅毛丹
จะ	將／要／一定／必須／加重語氣
จุ	大／足／滿／容納／容量
เจอะ	遇見／碰見／相碰／相撞

ฉะนี้	這樣／這麼
ชำระ	付／結算／清洗／審理
ดุ	兇惡／粗暴／嚴厲／教訓／責備
ตริ	思量／考慮／推敲
ตะเกียบ	筷子
ตะไคร้	香茅
ตำหนิ	瑕疵／污點／非議
เถอะ	語助詞－吧
เถาะ	兔年
ทะเล	海／海洋
ทุเรียน	榴槤
ธุระ	事／事情／事務
น้ำพุ	噴泉／噴水泉
นาฬิกา	鐘／錶
แนะนำ	指示／指導／推薦／介紹
บะหมี่	肉麵
บุหรี่	香煙／紙煙／卷煙
ประเดี๋ยว	片刻／一會兒／一下子
ประตู	門／球門／門路
ประเทศ	國／國家
ประเพณี	風俗／習俗／禮教／傳統
เปราะ	脆／酥脆／易斷
ผุ	爛／腐／蛀蝕

พระ	僧人／佛像／慈悲聖潔
พระเจ้า	佛祖／上帝／天神／國王
พิเศษ	特別／特殊／專門／特異
เพราะ	悅耳／動聽／因為／緣故
แพะ	山羊
มะเขือ	茄子
มะพร้าว	椰子
มะรืน	後天
มะละกอ	木瓜
เยอะแยะ	非常多／有的是
ระยะ	階段／距離／時期／期間
ระหว่าง	之間／中間／當中
รึเปล่า	了嗎
ละ	棄／捨／置／每／每一
ละลาย	溶／化／溶解／消融
เลอะเทอะ	骯髒／污穢／糊塗
และ	切／割／和／與／並且
สะใจ	滿意／痛快／稱心如意
สะดวก	方便／便利／順暢
สะอาด	乾淨／清潔／潔白
สิ	助語詞／啊
สุระ	勇士／武士／英勇／天神
หิมะ	雪／寒冷

เหมาะ	適宜／適合／恰當／貼切
เหมาะเจาะ	正合適／恰當／貼切
แหละ	語助詞／正是／確實
อะไร	什麼／什麼東西

注釋　หมายเหตุ

1. **จะ** 時態助詞，將，要，將要，表示動作要進行，例如：
   เขา**จะ**ต้องไปประเทศไทย　我要去泰國。
   รอเดี๋ยวเรา**จะ**ไปซื้อนาฬิกาข้อมือ　等一下我們要去買手
   錶。

2. **นะ** 語氣助詞－吧、啦，用在陳述句的末尾，表示懇求的意思，
   例如：พวกเราไปซื้อมะละกอก่อน**นะ**　我們先去買木瓜
   啦。เขาร้องเพลงไทยเพราะ**นะ**　他唱泰國歌動聽呀。

3. **เถอะ** 助語詞－吧，用在句末，表示提議、請求、邀請或催促，
   例如：เธอไปเปิดประตู**เถอะ**　你去開門吧。
   เธอไปหาซื้อมาให้แม่**เถอะ**　你去尋找買來給母親吧。

4. **ละ** 副詞－每，每一，例如：
   เงาะโล**ละ** ๒๐บาท　紅毛丹每公斤 20 銖。
   แต่ละ 每個，各個；แต่ละปี 每一年；แต่ละเดือน 每一月。

5. **ยากที่จะ** 相當於漢語的"難以"，例如：
   เรื่องแบบนี้**ยากที่จะ**เชื่อได้　這樣的事難以相信。
   กำแพงเมืองจีน**ยากที่จะ**เชื่อว่าสร้างได้　中國萬里長城難
   以相信能夠建起來。

1. เขาชอบดอกกุหลาบ 他喜歡玫瑰花。

2. เพลงไทยเพราะมาก 泰國歌非常動聽。

3. มีมะละกอและเงาะขาย 有木瓜和紅毛丹賣。

4. เขาอายุเท่าไรแล้วไม่ทราบ 不知道他多大歲數了？

5. ทางไปเกาะช้างไม่ขรุขระหรือ 去象島的道路不坎坷嗎？

6. นาฬิกาข้อมือซื้อมาด้วยราคาพิเศษ 手錶以特別價錢買來的。

7. เมืองไทยมีมะพร้าวและมะม่วงเยอะ 泰國有的是椰子和芒果。

8. มะรืนนี้เขาจะต้องไปธุระที่เมืองไทย 後天他要去泰國辦事。

9. ประเพณีไทยได้สืบทอดมานานแล้ว 泰國的習俗繼承了很長時間。

10. อาหารไทยส่วนมากต้องใช้กะทิและกะปิ 泰國餐大部份要用椰漿和蝦醬。

講述事情 เรื่องเล่า

ก่อนที่เราจะมาประเทศไทย เรารู้ว่าเราจะต้องเรียนภาษาไทย เพราะว่าถ้าเราจะทำงานที่ประเทศไทย เราต้องพูดภาษาไทยได้ เราเลยต้อง

在我們來泰國之前，我們知道我們要學泰語，因為如果我們要在泰國工作，我們要會説泰國話，

มาเข้าโรงเรียน ที่โรงเรียนเราเรียน พูด อ่านและเขียนภาษาไทย

我們就要進入學校，在學校我們學講、讀和寫泰語。

เมื่อเราเริ่มเรียนพูดภาษาไทย ครูจะพูดก่อน แล้วเราพูดตามครู เวลาเราไม่พูด ครูจะบอกว่า "พูดสิคะ" รึ "พูดตามครูสิคะ" ถ้าครูอยากจะให้เราพูดอีก ครูจะบอกว่า "พูดอีกทีสิคะ" รึ "อีกที สิคะ" แต่เวลาเราเรียนอ่าน เขียน ภาษาไทย ครูจะให้เราอ่านเอง ก่อน แล้วครูอ่านตามเรา

當我們開始學講泰語，老師會先説，然後我們跟着老師説。我們不講時，老師會説：“講呀！” 或者 “跟老師講呀！” 如果老師想要讓我們再講，老師會説：“再講一次呀！” 或者 “再一次吧！” 但當我們學讀和寫泰語，老師會讓我們自己先講，然後老師跟着我們讀。

換詞講新句子　เปลี่ยนคำศัพท์พูดประโยคใหม่

1. ในเอเชียมีประเทศ.......... (ไทย จีน มาเลเซีย เกาหลี)

2. เงินของเขาอยู่ในกระเป๋า.......... (เสื้อ กางเกง เดินทาง)

3. แกงปลาใส่มะเขือ.......... (พวง(水茄) เปราะ(脆茄) เทศ(番茄))

4. น้องชายชอบทานกระเพาะ.......... (ปลา(魚肚) หมู(豬肚))

5. เขาไปซื้อ.......... (กระดาษ นาฬิกา กุหลาบ เงาะ)

練習 แบบฝึกหัด

1. จงหัดผันเสียงสระเสียงสั้นในพยางค์เปิด

2. จงฝึกเสียงวรรณยุกต์สระเสียงสั้นในพยางค์เปิด

3. จงอ่านคำศัพท์ วลีและประโยคให้คล่อง

4. จงอ่านคำต่อไปนี้ให้ถูกต้องและอธิบายความหมาย
   กระดาษ กระเป๋า กิริยา กุหลาบ เกาะ ขรุขระ
   เงาะ ตำหนิ ประตู ประเทศ ประเพณี เพราะ
   ระหว่าง เลอะเทอะ สะดวก สะอาด เหมาะ อะไร
   เอะอะ

5. แต่งประโยค

   (1) แกะ   (2) ทะเล

   (3) ธุระ   (4) เยอะแยะ

6. จงขยายวลีและประโยคต่อไปนี้ให้มีเนื้อความกว้างขึ้น

   (1)   เขาชอบทาน..........

   (2)   เขาร้องเพลงไทยได้.........

   (3)   ทางขรุขระ..........

   (4)   เขามาอยู่ที่ประเทศไทย..........

   (5)   นาฬิกาข้อมือของเขา..........

7. จงแปลประโยคต่อไปนี้เป็นภาษาจีน

   (1)   ภูเขาสูงหิมะไม่ละลาย

   (2)   เขาชอบทานกระเพาะปลา

(3) นาฬิกาข้อมืออยู่ในกระเป๋าถือ

(4) บะหมี่ใส่มะเขือเทศมีขายหลายร้าน

(5) เขามาอยู่ประเทศไทยเพราะเขาชอบประเพณีไทย

8. จงแปลประโยคต่อไปนี้เป็นภาษาไทย

(1) 你貴姓？

(2) 你多大歲數了？

(3) 他去泰國辦事。

(4) 他家裡很乾淨。

(5) 你買什麼啦？白紙買了嗎？

9. จงท่องบทเรื่องเล่าให้คล่อง

潑水節

潑水節,即泰國的"宋干節",是在每年的陽曆四月十三日,這一天是泰國的傳統的新年,也是家庭成員有機會在一起的日子。"宋干"這個詞是梵文,泰語的意思是"移動"、"更換地方",因為太陽進入星座,太陽連續運行,進入不同之星座合十二次之多,時間恰好一年。宋干節也叫做水節,因為人民相信水會帶走不祥和凶兆。古時候的泰國、寮國、高棉和緬甸,都以宋干節為新年,因為這時候是農閒,適宜舉行隆重的宗教活動以及民間的各種雜耍。

宋干節的風俗其實是來自印度的,但泰國一直視為重要的民族節日之一。宋干節一連三天狂歡慶祝,互相潑水。全國各地懸掛國旗,舉行浴佛、浴僧活動,向長輩行灑水禮,祈求賜福。

泰國宋干節新年的習俗,是從一早就開始齋僧行善,放生鳥讓它得到自由。在這吉祥之際,各種被關起來的動物就會放生而得到自由。這個時候對祖輩的敬拜也是很重要的,人們對長輩表示尊敬,同樣長輩也會祝福小輩幸運發達。

下午再舉行浴佛、浴僧禮之後,所有參加的人不論男女老少,都要互相愉快地潑水,互相祝福。不少地方還組織慶祝活動,有選美比賽和漂亮的可觀的遊行隊伍。

บทที่ ๒ ตัวสะกดสระเสียงสั้นในพยางค์ปิด

閉音節中的短元音　ตัวสะกดสระเสียงสั้นในพยางค์ปิด

開音節中的短元音我們已經了解了，現在再學習閉音節中的短元音。我們知道泰語的基本拼合方法是開音節和閉音節，開音節中的輔音與長元音相拼合、與短元音相拼合，閉音節中的長元音以清輔音收尾音、濁輔音收尾音的拼合，我們已經先後學過了。現在學習閉音節中的短元音以清輔音、濁輔音為尾音的音節。閉音節中輔音與短元音相拼合，以清輔音 ง น ม ย ว 收尾音；以濁輔音 ก ด บ 收尾音，其拼合情況如下：

短元音	形式	變化解釋	例
-ะ(a)	-ั-	短元音-ะ 後面有尾音時要把-ะ 寫成 -ั-，短元音要寫在第一個輔音的上方，如 กะน 要寫成 กัน	ฟัง、คัน、อัม、ภัย、ซัก、ตัด、สับ
-ิ(i)	-ิ-		สิ่ง、จริง、กิน、ชิม、หงิม、หิว、หงิก、ปิด、สิบ
-ึ(eu)	-ึ-		จึง、ครึ่ง、หนึ่ง、ขึ้น、มืน、พึม、ศึก、นึก、ยึด、อืด、พึบ、ทึบ

短元音	形式	變化解釋	例
-ุ(u)	-ุ -		กรุง、มุง、คุณ、บุญ、ขุม、ชุม、ลุก、ตุก、สุด、จุด、ทุบ、หนุบ
เ-ะ(e)	เ-็ -	**เข็ม** 的組合形式由 **เขะม** 中的"-ะ"要寫成 "-็" （下一課會進一步說明）	เกร็ง、เล็ง、เข็ญ、เซ็น、เค็ม、เต็ม、เร็ว、เด็ก、เจ็บ、เสร็จ、เจ็ด、เหน็บ
แ-ะ(ae)	แ-็ -	**แข็ง** 的組合形式由 **แขะง** 中的"-ะ"要寫成 "-็" （下一課會進一步說明）	แข็ง、แกร็น、แจ็ค、แช็ก、แหง็ก、แทร็ก、แพ็ค、แขม็บ、แผล็บ
โ-ะ(o)	- -	短元音 โ-ะ 後面有尾音時要把 โ-ะ 省去，如 **โคะน** 寫成 **คน**	จง、คง、ฝน、ตน、ดม、ขม、อก、ศก、ชก、คด、จด、สด、อบ、พบ、สบ
เ-าะ(or)	-็ --	**ช็อก** 的組合形式由 **ชอะก** 中的"-ะ"要寫成 "-็" （下一課會進一步說明）	ผล็อง、หร็อมแหร็ม、ผ็อย、ช็อก、บล็อค、พล็อต、บ็อบ、ล็อตเตอรี่
เ-อะ(er)			*沒有收尾音的詞語*
เ-ียะ(ia)			*沒有收尾音的詞語*
เ-ือะ(ua)			*沒有收尾音的詞語*
-ัวะ(uw)			*沒有收尾音的詞語*

閉音節中短元音的拼音 การผันเสียงในพยางค์ปิด

中輔音與短元音相拼合並以輔音收尾音：

ก(g)	-ะ(a)	กัง	กัน	กัม	กัย	กัว	กัก	กัด	กับ
จ(j)	◌ิ(i)	จิง	จิน	จิม	--	จิว	จิก	จิด	จิบ
ด(d)	◌ื(eu)	ดึง	ดืน	ดึม	--	--	ดึก	ดึด	ดึบ
ต(t)	◌ุ(u)	ตุง	ตุน	ตุม	--	--	ตุก	ตุด	ตุบ
บ(b)	โ-ะ(o)	บง	บน	บม	--	--	บก	บด	บบ
ป(p)	-ะ(a)	ปัง	ปัน	ปัม	--	ปัว	ปัก	ปัด	ปับ
อ(or)	◌ิ(i)	อิง	อิน	อิม	--	อิว	อิก	อิด	อิบ

低輔音與短元音相拼合並以輔音收尾音：

ค(hk)	-ะ(a)	คัง	คัน	คัม	คัย	คัว	คัก	คัด	คับ
ง(ng)	◌ิ(i)	งิง	งิน	งิม	--	งิว	งิก	งิด	งิบ
ช(ch)	◌ื(eu)	ชึง	ชืน	ชึม	--	--	ชึก	ชึด	ชึบ
ซ(s)	◌ุ(u)	ซุง	ซุน	ซุม	ซุย	--	ซุก	ซุด	ซุบ
ท(t)	โ-ะ(o)	ทง	ทน	ทม	--	--	ทก	ทด	ทบ
น(n)	-ะ(a)	นัง	นัน	นัม	นัย	นัว	นัก	นัด	นับ
พ(p)	◌ิ(i)	พิง	พิน	พิม	--	พิว	พิก	พิด	พิบ
ฟ(f)	◌ื(eu)	ฟึง	ฟืน	ฟืม	--	--	ฟึก	ฟืด	ฟืบ
ม(m)	◌ุ(u)	มุง	มุน	มุม	มุย	--	มุก	มุด	มุบ
ย(y)	โ-ะ(o)	ยง	ยน	ยม	--	--	ยก	ยด	ยบ
ร(r)	-ะ(a)	รัง	รัน	รัม	รัย	รัว	รัก	รัด	รับ
ล(l)	◌ิ(i)	ลิง	ลิน	ลิม	--	ลิว	ลิก	ลิด	ลิบ

		-ง	-น	-ม	-ย	-ว	-ก	-ด	-บ
ว(w)	◌ึ(eu)	วึง	วึน	วึม	--	--	วึก	วึด	วึบ
ฮ(h)	◌ุ(u)	ฮุง	ฮุน	ฮุม	ฮุย	--	ฮุก	ฮุด	ฮุบ

高輔音與短元音相拼合並以輔音收尾音：　◎

		-ง	-น	-ม	-ย	-ว	-ก	-ด	-บ
ข(k)	-ะ(a)	ขัง	ขัน	ขัม	ขัย	ขัว	ขัก	ขัด	ขับ
ฉ(ch)	◌ิ(i)	ฉิง	ฉิน	ฉิม	--	ฉิว	ฉิก	ฉิด	ฉิบ
ถ(th)	◌ึ(eu)	ถึง	ถึน	ถึม	--	--	ถึก	ถึด	ถึบ
ผ(ph)	◌ุ(u)	ผุง	ผุน	ผุม	ผุย	--	ผุก	ผุด	ผุบ
ฝ(f)	โ-ะ(o)	ฝง	ฝน	ฝม	--	--	ฝก	ฝด	ฝบ
ส(s)	-ะ(a)	สัง	สัน	สัม	สัย	สัว	สัก	สัด	สับ
ห(h)	◌ิ(i)	หิง	หิน	หิม	--	หิว	หิก	หิด	หิบ

閉音節中的聲調　เสียงวรรณยุกต์ในพยางค์ปิด

中輔音與短元音相拼合，並以清輔音收尾音時，發普通調即中平調，可以加聲調符號，切出 5 種聲調，例如：　◎

กัง　　กั่ง　　กั้ง　　กั๊ง　　กั๋ง

ติง　　ติ่ง　　ติ้ง　　ติ๊ง　　ติ๋ง

ปุม　　ปุ่ม　　ปุ้ม　　ปุ๊ม　　ปุ๋ม

輔音與短元音相拼合，並以濁輔音收尾音時，發第一聲調即低平調，通常不能加聲調符號，例如：

กัก　　กัด　　กับ　　＊　　จิก　　จิด　　จิบ

ตึก　　ตึด　　ตึบ　　＊　　ปุก　　ปุด　　ปุบ

低輔音與短元音相拼合，並以**清輔音**收尾音時，發普通調即中平調，可以加聲調符號，切出 3 個聲調，即中平調、低升調和高平調，例如：

ซึง	ซึ่ง	ซึ้ง	＊	นัน	นั่น	นั้น
ริน	ริ่น	ริ้น	＊	ลุย	ลุ่ย	ลุ้ย

低輔音與短元音相拼合，並以**濁輔音**收尾音時，發第三聲調即低降調，一般不能加聲調符號，例如：

ชก	ชด	ชบ	＊	พัก	พัด	พับ
นึก	นึด	นึบ	＊	ลุก	ลุด	ลุบ

高輔音與短元音相拼合，並以**清輔音**為收尾音時，發第四聲調即上升調，可以加聲調符號，切出三種聲調，即上升調、低平調和升降調，例如：

ขึง	ขึ่ง	ขึ้ง	＊	ถัง	ถั่ง	ถั้ง
ผึง	ผึ่ง	ผึ้ง	＊	สัน	สั่น	สั้น

高輔音與短元音相拼合，並以**濁輔音**為收尾音時，發第一聲調即低平調，一般不能加聲調符號，例如：

ขัก	ขัด	ขับ	＊	ฉก	ฉด	ฉบ
ผัก	ผัด	ผับ	＊	สัก	สัด	สับ

舒聲音節和塞聲音節　คำเป็นและคำตาย

在泰語的音節裡，從語音角度看可分爲兩類音節，即**舒聲音節 คำเป็น** 和**塞聲音節 (คำตาย，**入聲音節)。舒聲音節包括長

元音開音節中的 **แม่เกย แม่เกอว** 的音節，以及 **แม่กง**
แม่กน แม่กม 的音節。塞聲音節包括短元音中的開音節，以
及 **แม่กก แม่กด แม่กบ** 的音節。

我們已經學了長元音的開音節和閉音節，又學了短元音的開音
節和閉音節，它們的拼合方法既不同，聲調也不同；學習時要
掌握拼合特點以及聲調。請看**短元音在閉音節中的聲調**：

	收尾輔音 ตัวสะกด	中平調 สามัญ	低平調 ต่ำตก	升降調 สูงตก	高平調 ต่ำขึ้น	上升調 สูงขึ้น
中輔音 อักษรกลาง	無收尾音 ง น ม ย ว ก ด บ	กัน	กะ กั่น กัด	กั้น	กั๊น	กั๋น
低輔音 อักษรต่ำ	無收尾音 ง น ม ย ว ก ด บ	คัน		ค่ะ คั่น	คะ คั้น คัด	
高輔音 อักษรสูง	無收尾音 ง น ม ย ว ก ด บ		ขะ ขั่น ขัด	ขั้น		ขัน

詞語 คำศัพท์ ◎

กระจก	玻璃／鏡子
กรัม	克
กรุง	都城／京都／大城市／國家

กรุงเทพ	曼谷
กลับ	回／歸／翻／背面／反而
กัน	刮／擋／阻攔／留下／互相
ด้วยกัน	一同／一起／一道
กำลัง	力量／勢力／正在／合適
กินข้าว	吃飯
กุ้ง	蝦
ขม	苦
ขอบคุณ	謝謝／感謝
ขึ้น	上／登／爬／膨脹／生長
แข่งขัน	比賽
คน	攪拌／人／個
คนจน	窮人
ครับ	是／對（男性答應語）
ครึ่งวัน	半日
คิดถึง	想念／掛念／惦念
จบ	完畢／終止／結束／遍／場
จังหวัด	府
จัด	裝飾／處理／舉行／十分
ฉัน	我／僧人進食／那樣
ชัก	抽／拉／引／開始／漸漸
ชักจะ	開始／漸漸
ชีวิต	生命／性命／活着／壽命

ชุม	眾多／繁多／群集／密集
ดิฉัน	我（女性用）
ดิ้น	掙扎／抽搐／不規矩
ดึก	深夜／半夜／深／老邁
ตก	漏／落／下降／散／流
ตกลง	決定／同意／商定
ตรง	正／公正／準確／表示位置
ตั้ง	設置／提出／開辦／奠基／自
ตัดสินใจ	下定決心
ตึก	樓房／大廈／大樓
ถึง	到／抵達／及／起／儘管
ทิศตะวันตก	西方／西邊
ทุ่ม	點／點鐘（用於晚七至十一時）
ทุ่มตรง	晚七點正
นัดพบ	約會／約見
เท่านั้น	那麼／只／僅僅
นิดหน่อย	少許／一點／小小
ผม	頭髮／我（男性用）
ผิดหวัง	失望
ผิวหนัง	皮膚
ฝึกหัด	練習／訓練
พรุ่งนี้	明天／明日／翌日
ฟัง	聞／聽／傾聽／聽信

มังคุด	山竹
มานะ	勤奮／奮發／毅力／決心
ยก	舉／率領／例舉／回合
ยัง	存在／至／還／仍然
ยังงั้น	那樣，即 **อย่างนั้น**
ยุงชุม	蚊子多
รถ	車／車輛
รถไฟ	火車
ขับรถ	開車／駕車／驅車
รส	味道／滋味
รสจัด	味道濃郁
ระวัง	注意／留心／警惕／提防
รัก	愛／愛慕／愛好／生漆
รับผิดชอบ	負責
ลัดดา	蔓藤
วัด	佛寺／寺院／寺廟
วัน	天／日／白天／白晝
วันพุธ	星期三／禮拜三
วันอังคาร	星期二／禮拜二
สนใจ	關心／留心／感興趣
สัก	大約／僅僅／柚木／刺／紋身
สั่ง	指示／囑咐／訂購
สับปะรด	菠蘿／鳳梨

สุขุมวิท	素坤逸
หน	回／次／道路／方向
หนัง	皮／皮膚／皮影／電影
หนุ่ม	年輕男子
อด	容忍／挨餓／絕食／戒除
อบ	薰／燜／窒息
ฮ่องกง	香港

注釋　หมายเหตุ

1. **กำลัง** 副詞，用在動詞前，表示正在，例如：
   ผม**กำลัง**เรียนภาษาไทยที่ฮ่องกง 我正在香港學習泰語。
   เขา**กำลัง**ขับรถกลับกรุงเทพ 他正在駕車回曼谷。

2. **ชักจะ** 副詞，漸漸，逐漸，用在動詞或形容詞之前，表示開始產生了那種感覺，例如：
   อากาศในฮ่องกง**ชักจะ**หนาวแล้ว 香港的天氣漸漸冷起來了。
   เขาอ่านหลายหนแล้วยังจำไม่ได้ **ชักจะ**เบื่อแล้ว 他讀了幾回了還記不住漸漸厭煩起來了。

3. **นิดหน่อย** 副詞，少許，一點，小小，例如：
   เขามีเงิน**นิดหน่อย**เท่านั้น 他只有一點錢。
   เขาพูดภาษาไทยได้**นิดหน่อย** 他只會講一點泰語。

4. **สัก** 副詞，大約、大概，用在數量之前，表示很少或一個概數，例如：เขาขอลาป่วย**สัก**สองสามวัน 他請病假大約兩三天。เพื่อนเขาไปธุระที่กรุงเทพ**สัก**ครึ่งเดือน 他的朋友去曼谷辦事約半個月。

5. **กัน** 助動詞，表示動作是兩個人以上的人所為，例如：

เรากินข้าวกันเถอะ 我們一起去吃飯吧。

เขาไปซื้อสับปะรดด้วยกัน 他們一起去買菠蘿。

有關短語和句子 วลีและประโยคที่เกี่ยวข้อง ⑥

1. เขาไปธุระมาครึ่งวัน 他去辦事半天。

2. บ้านนอกยุงชุมหน่อย 鄉下蚊子多了一點兒。

3. ผิวหนังของหล่อนขาวดี 她的皮膚白皙。

4. ดิฉันชอบกุ้งอบสับปะรด 我喜歡蝦燜菠蘿。

5. บ้านเขาอยู่ทางทิศตะวันตก 他家在西邊。

6. ทุ่มตรงต้องทำแบบฝึกหัดก่อน 晚七點正要先做練習。

7. เขาคิดถึงแม่ที่อยู่ต่างจังหวัดมาก 他很想念在外府的母親。

8. เขามาอยู่ที่เมืองไทยไม่ผิดหวังเลย 他來住在泰國一點兒也不失望。

9. คนไทยชอบทานอาหารรสจัดหน่อย 泰國人喜歡味道強烈的食品。

10. เขาตัดสินใจจะต้องเรียนภาษาไทยให้ได้ 他下定決心一定要學會泰語。

會話 สนทนา

คุณมานะ คุณลัดดาครับ เลิกงานแล้วจะไปไหนรึเปล่าครับ

瑪納先生： 拉妲小姐，下班後要去哪裡嗎？

คุณลัดดา เปล่าค่ะ ไม่รู้ว่าจะไปไหนดี

拉妲小姐： 沒有，不知要去哪裡好。

คุณมานะ ไปทานข้าวด้วยกันไหมครับ

瑪納先生： 一起去吃飯好嗎？

คุณลัดดา เอาซีค่ะ จะไปทานที่ไหนดีคะ

拉妲小姐： 好啊，要去哪裡吃好呢？

คุณมานะ คุณชอบทานอาหารอะไรครับ อาหารไทย
อาหารจีน รึ อาหารญี่ปุ่น

瑪納先生： 你喜歡吃什麼？泰國餐、中國餐，還是日本餐？

คุณลัดดา ดิฉันชอบทานอาหารไทยค่ะ

拉妲小姐： 我喜歡吃泰國餐。

คุณมานะ ทานข้าวแล้วไปดูหนังด้วยกันไหมครับ
ผมมีตั๋วสองใบ

瑪納先生： 吃飯後一起去看電影好嗎？我有兩張電影票。

คุณลัดดา ดิฉันกลัวว่าจะดูไม่รู้เรื่องค่ะ เพราะ
ว่าดิฉันไม่ค่อยเข้าใจเวลาฟังคนไทยพูด

拉妲小姐： 我怕看不懂，因為我不怎麼明白泰國人説話的時候。

คุณมานะ ผมจะช่วยแปลให้ครับ

瑪納先生： 我幫助你翻譯。

คุณลัดดา ถ้ายังงั้นตกลงค่ะ

拉妲小姐： 如果那樣就決定。

換詞講新句 เปลี่ยนศัพท์พูดประโยคใหม่

1. เขาอาจจะไปธุระ..... (พรุ่งนี้ มะรืน วันพุธ วันอังคาร)

2. เพื่อนชอบทานอาหาร..... (อาหารไทย อาหารจีน อาหารญี่ปุ่น)

3. เขาไปเยี่ยมแม่ที่..... (กรุงเทพ ต่างจังหวัด ฮ่องกง)

4. เมื่อวานเขาไปซื้อ..... (มังคุด สับปะรด ทุเรียน เงาะ)

5. เขาขับรถไปทาง..... (ซ้าย ขวา ทิศตะวันออก ทิศตะวันตก ตรง)

練習 แบบฝึกหัด

1. จงผันเสียงสระเสียงสั้นในพยางค์ปิด

2. จงฝึกเสียงวรรณยุกต์สระเสียงสั้นในพยางค์ปิด

3. จงอ่านคำศัพท์ วลีและประโยคให้คล่อง

4. จงอ่านคำค่อไปนี้ให้ถูกต้องและอธิบายความหมาย
กระจก กลัว กำลัง ขม ขอบคุณ ขับรถ แข่งขัน
ครึ่งวัน จังหวัด ชีวิต ดิฉัน ตัดสินใจ
ทิศตะวันตก ทุ่ม เท่านั้น ผิดหวัง มังคุด ยุงชุม
ฝึดหัด สนใจ สับปะรด

5. แต่งประโยค

(1) กำลัง   (2) ขอบคุณ

(3) ผิดหวัง   (4) สนใจ

6. จงขยายวลีและประโยคต่อไปนี้ให้มีเนื้อความกว้างขึ้น

(1) รถติดที่..........

(2) แถวสุขุมวิทมีตึกใหม่..........

(3) ใกล้วัดพระแก้ว..........

(4) เขานัดพบกับเพื่อน...........

(5) เขาขับรถมาถึง..........

7. จงแปลประโยคเป็นจีน

(1) สั่งอาหารแล้วหรือยัง

(2) ทางทิศตะวันตกมีตึกใหม่

(3) เขารับผิดชอบการงานในร้าน

(4) เธอคิดถึงแม่ที่อยู่ต่างจังหวัดเรื่อย

(5) ดึกแล้วไม่มีสับปะรดและมังคุดขาย

8. จงแปลประโยคเป็นไทย

(1) 玉佛寺前塞車。

(2) 小心玻璃窗破。

(3) 西方人喜歡吃山竹。

(4) 他決心去外府工作。

(5) 星期三晚七點半乘火車。

9. จงท่องบทสนทนาให้คล่อง

守夏節 วันเข้าพรรษา

泰曆八月十五日拜佛節是佛教重要的節日，因為這一天世界上產生了佛、法、僧；八月十五日是佛祖第一次說法講經，也是守夏節的前一天。

守夏節是泰曆八月十六日，也是守齋節。守夏節為期三個月，是從泰曆八月十六日到十一月十五日，守夏節結束之日叫做解夏節。佛祖在世時，老百姓曾經抱怨僧侶終年雲遊不息，即使雨季也沒有停過；因為僧侶到處行走，踩壞了不少稻田，損毀花草，危害昆蟲。佛祖知道後，限令每年雨季的三個月中，僧侶不得外出，要留守在寺院中，這就是守夏節的來由。在那三個月裡，所有的僧侶都留在寺院內研究佛經及坐禪苦修。在這段時期，很多泰國男子都選擇剃度為僧，入佛門修行。

十一月十六日是解夏節，此時雨季已過，僧侶又可以外出弘法和化緣；削髮為僧的人經歷一段僧侶生活後亦可以還俗。

泰國人民是很重視守夏節和解夏節，是重要的佛教節日，在這期間公眾團體製作香燭、僧衣等物，裨獻贈予守夏之僧侶；民眾參加獻贈袈裟、施贈用品、贈藥予沙彌活動；齋僧行善受戒聽道，擔任為期三個月居士之職，為守夏安居之僧侶籌措必需品。

短元音符號 "-็" 的用法 การใช้ไม้ไต่คู้ "-็"

前面我們學過元音"-ะ"，當它是閉音節的時候音節的組成形式是"-ั-"，這種形式實際上也是讀短音的。而短音符號"-็"，通常是用在短元音 "เ-ะ" "แ-ะ" 和 "เ-าะ" 的閉音節裡，例如：

เ-็- 　組合形式是由 **เขะม** 中的 "-ะ" 要寫成 "-็"，所以變成 **เข็ม**。例如：

◎ **เก็บ** 摘／拾／放／儲存／收集 　　**เป็ด** 鴨子

　 เต็ม 盈／滿／充滿／完整 　　**เพ็ญ** 圓／盈／滿

　 เข็ญ 困苦／困難／苦難 　　**เผ็ด** 辣／辛辣／熱辣

แ-็- 　組合形式是由 **แขะง** 中的 "-ะ" 要寫成 "-็"，所以變成 **แข็ง**。例如：

◎ **แกร็น** 矮小／發育不良 　　**แข็ง** 硬／僵硬／凝結／粗魯

　 แผล็บ 一閃／一現一隱／發亮 **แหง็ก** 抽搐／固定

-็อ- 組合形式是由 **เชาะก** 中的 "-ะ" 要寫成 "-็"，所以變成 **ช็อก**。例如：

◎ **ช็อก** 休克 　　　　**บล็อก** 木印板

　 พล็อต 情節 　　　　**ล็อค** 鎖住／摟抱／街區

除了上面三種形式外，還有一種特殊的情況，即是中輔音 **ก** 可以加短音符號 "-็"，即是 **ก็**，"**ก็**"實際是從"**เก้าะ**"演變而來的，**ก็** 當然讀作"**เก้าะ**"（連詞，也、亦、就、便、都）。

通常在閉音節裡，如果沒有短音符號的就要讀長音，但也有一些詞語並沒有加短音符號，也要讀出短音的，這些詞語多數是來自梵文巴利文的，例如：**เบญญา**（般若／智慧／智力）、**เพชร**（金剛石／剛玉／鑽石）、**เวจ**（糞／廁所）等。

來自英語的，例如：**เมตร**（米／公尺）、**ออฟฟิศ**（辦公室／辦事處）等。

特殊元音"ใ-"的使用　การใช้สระใอไม้ม้วน

特殊元音 ใ-只用在 20 個詞語裡，其他都用 ไ-，有的詞語 ใ-和 ไ-都可以用，但意思不同。而都是同音的，但其用法不同，分別加以說明。

特殊元音"ใ-"只用在 20 個詞語裡，如下：

◎ **ใกล้**　近／鄰近／接近／快要

　ใคร　誰／誰個／哪個人

　ใคร่　想要／願意／渴望／慾望

　ใจ　心／心地／心意／心腸／心臟

　ใช่　是／對

　ใช้　用／使／運用／實施／償還

　ใด　何／什麼／任何／哪個

　ใต้　南／下面／下方

　ใน　裡／內／其中／在內

　ใบ　葉子／帆／頁／單／證書／張

　ใบ้　啞／教唆／唆使／暗示

　ใฝ่　關注／嚮往／期望／追求

ใย 絲／纖維／紐帶／潤澤／細嫩

สะใภ้ 親戚之妻

ใส 清／清澈／透明／晶亮／清脆

ใส่ 穿／戴／盛／裝／放／灑／上鎖

ให้ 送／贈／給／替／帶來／允許

ใหญ่ 大／主要／重要

ใหม่ 新／新近／剛

หลงใหล 沉迷／沉溺／沉醉／傾心

"ใ-"和"ไ-"的用法不同，發音一樣，意思不同，請加以區別： ◎

ใ- 的用法	ไ- 的用法
ใคร่ครวญ 思索／考慮／思忖	ตะ**ไคร่** 苔／青苔
จิต**ใจ** 精神／氣概／心靈／意志	ด้าย**ใจ**หนึ่ง 紗線一束
สิ่ง**ใด** 何物／什麼東西	บัน**ได** 梯子／台階／樓梯／台階
ภาค**ใต้** 南部	จุด**ไต้** 點火把
ภาย**ใน** 內部／裡邊／內邊	**ไน**กรอฝ้าย 紡紗機
ใยบัว 藕絲	**ไย**ดี 關心／關切／滿意／欣喜
ใสสะอาด 清潔／清淨	**ไส**ไม้ 刨木
ให้ยืม 借給	ร้อง**ไห้** 哭泣
หลง**ใหล** 沉迷／沉醉／傾心	**ไหล**ริน 涓流／潺流

有人作了一首詩，記載特殊元音"ใ-"的 20 個詞語，內容如下：

ผู้**ใหญ่**หาผ้า**ใหม่**　　　　**ให้**สะ**ใภ้**ใช้คล้องคอ

ใฝ่ใจเอา**ใส่**ห่อ　　　　มิหลง**ใหล**ใครขอดู

จะ**ใคร่**ลงเรือ**ใบ**　ดูน้ำ**ใส**และปลาปู
สิ่ง**ใด**อยู่**ใน**ตู้　มิ**ใช่**อยู่**ใต้**ตั่งเตียง
บ้า**ใบ้**ถือ**ใย**บัว　หูตามัวมา**ใกล้**เคียง
เล่าท่องอย่าละเลี่ยง　ยี่สิบม้วนจำจงดี

"**ไอย**"特殊元音 "**ไ-**" 後面加上"**ย**"其讀音不變，通常用來拼寫
巴利文和梵文，經常看到的詞語，例如：

ไชย　更好／更繁榮／盈／勝利

ไทย　泰族／泰國／自主／獨立

ภาคิไนย　甥／外甥

ภูวไนย　國王／國君

ไลย　閂閂／粘性食物／美味

เวไนย　可教者／可感化者

สาไถย　誇耀／欺詐／詐騙／詭計

ไสย　經典／婆羅門教經典／符咒

อจินไตย　無盡數／不可思量

อสงไขย　無數／數不盡／最大數

อาชาไนย　駿馬／聰穎／智慧

อุปไมย　被比喻事物／被打比方事物

"**อัย**"讀作"**ไอ**"，一般在巴利文和梵文裡，原先是兩個音節，
อย 讀作 **อะ-ยะ**，當用到泰語時就讀成短元音"**-ัะ**"，並以
"**-ย**"為收尾輔音，常見的詞語如下：

กัย　買

ขัย　終／終結

ชัย　贏／勝利

ทัย 優良／重要／需要／恩惠／憐惜

นัย 意義／含義／方式／角度

ภัย 災／災難／災害／禍害

มัย 馬／驢

รัย 快捷／迅速／立刻／立即

วัย 年齡／年歲

ศัยยา 眠床／床鋪／褥子／墊子

หัย 馬

นิสัย 習性／性情／住處／依托

มโนมัย 臆造的

เมรัย 迷麗耶／濁酒／糟酒

วินัย 紀律／法紀／毗奈耶／律

วินิจฉัย 判斷／審判／審查／研究

สงสัย 懷疑／猜疑／疑慮／疑惑

อาลัย 留戀／懷念／痛惜／住處

อาศัย 寄居／寄宿／依靠／借助

อุทัย 旭日／日出／出現／繁榮

詞語 คำศัพท์ 🔊

ก็	也／亦／就／便／都
ก็ดี	也好／也罷
ก็ได้	也行／也可以
ก็ตาม	無論／不管／儘管
ก็เลย	也就／也便

แล้วก็	然後就
เก็บ	摘／拾／放／保存／收集
ใกล้	近／鄰近／靠近／快要／接近
ใกล้วัด	近佛寺
เข็ม	針／椿／方針／目標
เข้มแข็ง	堅強／強硬／強壯
แข็ง	硬／僵硬／凝結／粗魯
น้ำแข็ง	冰
ใคร	誰／誰個／哪個人
ใครสั่ง	誰吩咐／誰訂購
ใคร่	想要／願意／渴望／慾望
รักใคร่	愛慕／愛戀／愛戴
เจ็ด	七
ขวดเจ็ดใบ	七個瓶子
สนใจ	關心／關注／感興趣
เช็ด	擦／揩／拭
ใช่	是／對
ใช้	用／使用／實施／償付
เด็ก	孩子／兒童／兒子
เด็กเล็ก	小孩
ใด	何／什麼／哪個
สิ่งใด	何物／什麼東西
เต็ม	盈／滿／完整／不能再增加
เต็มถุง	滿袋
เต็มที	糟糕／夠嗆

เต็มที่	盡力／竭力／全力／極其
เต็มมือ	忙得不可開交
ใต้	南／下面／下方
ใต้ถุน	高腳屋下
แท็กซี่	出租汽車
ใน	裡／內／在……中／在……內
ภายใน	內部／內邊／裡邊
เบ็นซิน	汽油
ใบ	葉子／帆／頁／單／證書
ใบ้	啞／教唆／暗示
เป็ด	鴨／鴨子
เป็น	是／做／當／發生／患／能
เป็นต้น	等等
เป็นมะเร็ง	得癌症
เป็นอะไร	當什麼／怎麼樣
จำเป็น	必要／必需／必不可少
เผ็ด	辣／辛辣／熱辣
ฝังเข็ม	針刺／針灸
ใฝ่	關注／嚮往／期望／追求
ใฝ่ฝัน	空想／夢想／夢寐以求
พริกเผ็ด	辣椒
พักร้อน	放暑假／度暑假
ใย	絲／纖維／紐帶／潤澤
ใยแก้ว	玻璃纖維
เร็ว	快／速／捷／迅速／急速

บินเร็ว	快飛
เล็ง	瞄準／注視／凝視／預見
เล็บ	指甲／爪
สะใภ้	親戚之妻
ใส	清／清澈／透明／晶亮／清脆
กระจกใส	清澈玻璃
ใส่	穿／戴／盛／放／噴／擊／衝着
หกล้ม	跌倒／摔倒／摔跤
เห็น	看見／視作／認爲／見解
คิดเห็น	見解／看法／主張
ให้	送／給／允許／替／帶來
ให้ทาน	布施／施捨／施濟
ใหญ่	大／主要／重要
ผู้ใหญ่	大人／長輩／長官
ส่วนใหญ่	大部份／大多數
ใหม่	新／新近／剛
ตึกใหม่	新樓／新大廈
หลงไหล	沉迷／沉溺／傾心／沉醉

注釋　หมายเหตุ

1. **ก็ตาม**　連詞，無論，不管，説明任何條件下結果或結論都是一樣的，例如：

ใคร**ก็ตาม**เมื่อผิดแล้วก็ต้องรับผิด　無論任何人做錯了就要承認錯誤。

จะลำบากอย่างไร**ก็ตาม**เรายังทนอยู่ได้。　不管怎麼困難，我們還能忍受。

2. **ส่วนใหญ่** 名詞，大部份，大多數，例如：
ผู้หญิงไทย**ส่วนใหญ่**แต่งงานแล้วก็ยังทำงานต่อ 大部份泰國女人結婚後還繼續工作。
ส่วนใหญ่ผมมักจะไปทานข้าวกับเพื่อนๆ 大多數我往往同朋友去吃飯。

3. **ในนามของ** 相當於漢語的"以....代表...."、"以....名義"，例如：
ดิฉันขอขอบคุณ**ในนามของ**ครอบครัวทุกคน 我以家庭的每個人的名義感謝。
ในนามของมหาวิทยาลัย ผมขอแสดงความต้อนรับทุกท่านด้วย 以大學的名義我表示歡迎每一位。

4. **เต็มที่** 副詞，盡力，全力，十分，極其，非常，例如：
เราต้องช่วยเหลือเขาอย่าง**เต็มที่** 我們要盡力地幫助他們。
เราต้อนรับแขกที่มาจากต่างประเทศอย่าง**เต็มที่** 我們全力地接待來自外國的賓客。

5. **เต็มที่** 副詞，極其，相當，是貶義詞，用於消極方面，例如：
เด็กคนนี้ซน**เต็มที** 這個小孩非常淘氣。
วันนี้ผมเหนื่อย**เต็มที**แล้ว 今天我很累了。

有關短語和句子 วลีและประโยคที่เกี่ยวข้อง ⓵

1. เธอจะเอายังไงก็ได้ 你要怎麼都可以。

2. ใต้โต๊ะมีขวดเจ็ดใบ 桌子下面有七個瓶子。

3. เด็กเดินไม่ระวังเลยหกล้ม 小孩走路不小心就摔倒。

4. ตึกใหม่อยู่ใกล้บ้านเพื่อนเขา 新樓在他朋友家的附近。

5. โรคมะเร็งบางอย่างก็รักษาได้ 有些癌症也可以醫治。

6. ร่างกายของเขาแข็งแรงมากเลย 他的身體非常結實。

7. เพื่อนของเขาพูดภาษาไทยเป็นแล้ว 他的朋友會說泰
國話了。

8. เขาจำเป็นจะต้องเรียนภาษาไทยให้เก่ง 他必需要學
泰語得很棒。

9. เราตัดสินใจกันแล้วต้องเรียนภาษาไทยต่อ 我們下
定決心了要繼續學習泰語。

10. คนไทยไม่ว่าจะทานอะไรต้องใส่พริกให้เผ็ด 泰國
人不論吃什麼都要下辣椒使有辣味。

會話 สนทนา

ทีม คุณสุรีครับ คุณวีระกะผมจะไปเที่ยวเชียงใหม่กันครับ
阿添：素麗小姐，維拉和我要一起去清邁。

สุรี จะไปกันเมื่อไหร่คะ
素麗：要什麼時候去呢？

ทีม จะออกเดินทางพรุ่งนี้ครับ
阿添：要明天就起程去。

สุรี จะไปรถไฟรึคะ
素麗：要乘火車去嗎？

ทีม เปล่าครับ เราคิดว่าจะขับรถไปเอง เพราะเราจะแวะ
เที่ยวหลายจังหวัดครับ

阿添：沒有，我們想自己開車去，因為我們要順路停留好幾個府。

สุรี จะไปกี่วันคะ

素麗：要去多少天？

ทีม คิดว่าราวสิบวันครับ ตอนนี้ผมได้หยุดพักร้อน เลย
ไปเที่ยวหลายวันได้

阿添：打算十天，現在我放大假，就可以去玩許多天。

สุรี เขาให้คุณหยุดพักร้อนกี่วันคะ

素麗：他們給你長假多少天？

ทีม สิบห้าวันครับ คุณอยากจะได้อะไรจากเชียงใหม่
ไหมครับ เราจะซื้อมาฝาก

阿添：十五天，你想從清邁要些什麼嗎？我們給你買來。

สุรี อย่าลำบากเลยค่ะ ขอบคุณค่ะ อยากจะไปเที่ยวด้วยจัง
แต่ไปไม่ได้ ตอนนี้งานเต็มมือ ไม่ค่อยว่างเลย

素麗：別麻煩啦，謝謝！非常想一起去，但不能去，現在工作忙得不
可開交，沒有一點兒空兒。

換詞講新句子 เปลี่ยนศัพท์พูดประโยคใหม่

1. บ้านของเพื่อนอยู่ใกล้..... (วัด โรงงาน โรงเรียน
โรงแรม)

2. เขาเป็นเด็กที่ใจ..... (กล้า กว้าง แข็มแข็ง ดี
บุญ)

3. เพื่อนเขามาช่วยเหลืออย่างเต็ม..... (ใจ กำลัง)

4. เพื่อนบ้านมาให้..... (กำลังใจ ค่าจ้าง เงิน ค่าเช่า ทาน)

5. น้องชายของเขาเป็น..... (โรค ไข้ มะเร็ง ใบ้ เพื่อน)

練習 แบบฝึกหัด

1. จงหัดใช้ไม้ไต่คู้ "-็-" ให้คล่อง

2. จงใช้สระใอไม้ม้วน "ใ-" ให้ถูกต้อง

3. จงอ่านคำศัพท์ วลีและประโยคให้คล่อง

4. จงอ่านคำต่อไปนี้ให้ถูกต้องและอธิบายความหมาย
   ใกล้วัด เข้มแข็ง เด็กเล็ก เต็มถุง จำเป็น แท็กซี่
   ใฝ่ฝัน พริกเผ็ด ภายใน ใยแก้ว รักใคร่ สนใจ
   สิ่งใด ผู้ใหญ่ ตึกใหม่ หลงใหล ให้ทาน

5. แต่งประโยค

   (1) ผู้ใหญ่   (2) สนใจ

   (3) ใต้โต๊ะ   (4) เต็มถุง

6. จงขยายวลีและประโยคต่อไปนี้ให้มีเนื้อความกว้างขึ้น

   (1) เขาเป็นโรคมะเร็ง..........

   (2) ลูกสะใภ้เคยฝังเข็ม..........

   (3) ปูผัดเผ็ดและเป็ดอบ..........

(4) รถแท็กซี่มาที่โรงแรม..........

(5) น้ำมันเบ็นซินขึ้นราคา.............

7. จงแปลประโยคต่อไปนี้เป็นจีน

(1) เด็กมาช่วยเช็ดรถ

(2) เขาสนใจเรื่องการให้ทาน

(3) หมอมาฝังเข็มให้คนไข้แล้ว

(4) มีเด็กสองคนหกล้มอยู่ริมทาง

(5) เพื่อนของเขาเป็นคนที่ไม่เคยผิดหวัง

8. จงแปลประโยคต่อไปนี้เป็นไทย

(1) 他的意見正確。

(2) 他的家不是新樓房。

(3) 不論誰錯了就要認錯。

(4) 我們要全力地來幫助他們。

(5) 他們對泰國的習俗很感興趣。

9. จงท่องบทสนทนาให้คล่อง

水燈節 ลอยกระทง

解夏節後，僧侶可以自由來往各地，同時允許在每年的布施禮中接受新的僧衣，除了僧衣外還有僧人的自具(八種：外衣、上衣、內衣、腰帶、缽盂、剃刀或甲刀、針、濾水筒)，廚房器具，捐獻錢以及建築用的器材，也在奉獻僧衣儀式上一起奉獻。

到了泰曆十二月十五日，是水燈節，"ลอยกระทง"意思是形狀似荷花的水燈，以芭蕉葉製成的。水燈裡大部份都有蠟燭、三支香、花朵和錢幣。水燈節的習俗起始於素可泰王朝時代，每年的十二月十五日，河水溢滿河床，圓月明亮，正是美好的季節。國王必循例御龍舟遊船河，王后和妃子均隨聖駕遊。有個貴妃觸景生情，隨手製荷花水燈，放在水上漂浮，並奏請皇上聖賞。自此以後，蔚然成風。後來人們用香蕉葉做成小船，點上香燭，放在水面任其飄流，以表示對佛祖和神靈的感謝之情。在這一天，全國的民眾製作各式各樣的水燈，點綴上鮮花和蠟燭，在晚上燃點蠟燭，在河流、渠道、湖泊之中，任其飄流。水燈節之夜，月圓皎潔，清風微送，全國各地的江河和湖泊漂滿千萬水燈的燭光，與千萬張笑臉在月光的輝映下，充滿著詩情畫意。人們寄意水燈，祈求來年風調雨順；祈求災禍隨水飄去；希望幸福隨波而來；希望心想事成。

高輔音前引 อักษรสูงนำหน้า

泰語的基本拼合方法，我們已經學習了開音節、閉音節和前引字，在前引字的拼合方法裡，我們已經學習了以"ห"為前引字和以"อ"為"ย"的前引字。我們已經了解前引字就是兩個輔音在一起與元音相拼合，有的兩個輔音一起發音，如以"ห"前引的低輔音，"ห"本身不用發音，而"ห"所前引的低輔音要照高輔音的規則發音；以"อ"前引的低輔音"ย"，也按照以"ห"前引的低輔音來發音。有的發音像兩個音節，由於要發前面輔音和後面輔音的拼合，這兩個輔音不能協調，聽起來好像有個元音"–ะ"(a)相拼合，即是說前面的輔音要發半個元音，發音要輕而短，後面的輔音要跟前面的輔音來發音。這就是我們要學的高輔音和中輔音前引字。

高輔音前引字，一般以高輔音中的 ข ฉ ถ ผ ฝ ส 作為前引字，這些高輔音要與元音"–ะ"(a)相拼合，發音輕而短，被前引的低輔音一般有 ง ณ น ม ย ร ล ว，要按照高輔音來讀音，拼讀規則與高輔相同。聲調符號要加在被前引的低輔音的上方或寫在上方元音之上方。例如：

高輔音	前引	字例	讀　音	解　釋
ข	ขณ-	ขณะ	ขะ-หนะ	刹那／時候／片刻／霎時
	ขน-	ขนม	ขะ-หนม	點心／糕點
	ขม-	ขมับ	ขะ-หมับ	太陽穴
	ขย-	ขยัน	ขะ-หยัน	努力／勤奮／積極／奮發
ฉ	ฉง-	ฉงน	ฉะ-หงน	迷惑／茫然／疑惑／懷疑
	ฉน-	ไฉน	ฉะ-ไหน	簫／如何／怎樣／什麼
	ฉล-	ฉลอง	ฉะ-หลอง	慶祝／渡／代替／模擬
ถ	ถน-	ถนน	ถะ-หนน	路／道路／馬路／街道
	ถล-	ถลอก	ถะ-หลอก	擦破／擦傷／刮傷
	ถว-	ถวาย	ถะ-หวาย	敬獻／奉獻／呈獻／稟
ผ	ผง-	ผงาด	ผะ-หงาด	雄偉／高聳／矯健／魁偉
	ผน-	ผนวก	ผะ-หนวก	加／附／添加　增補　混合
	ผล-	ผลิต	ผะ-หลิต	發芽／結果／生產／製造
ฝ	ฝร-	ฝรั่ง	ฝะ-หรั่ง	洋人／西洋人／番石榴
ส	สง-	สงบ	สะ-หงบ	安靜／平息／靜止／安定
	สน-	สนาม	สะ-หนาม	廣場／操場／場地
	สม-	สมอง	สะ-หมอง	腦／頭腦／智慧／思想
	สย-	สยาม	สะ-หยาม	暹羅
	สล-	สลวย	สะ-หลวย	優美／優秀／頭髮纖細美麗
	สว-	สว่าง	สะหว่าง	亮／明亮／光亮／拂曉

中輔音前引　อักษรกลางนำหน้า　◎

中輔音前引和高輔音前引相似，中輔音前引字一般是 ก จ ต ป
อ，這些中輔音本身要與元音"–ะ"(a)相拼合，發音輕而短，被
前引的低輔音通常有 ง น ม ร ล ว，這些低輔音要讀作中輔
音，按照中輔音規則發音，聲調符號要加在被前引的低輔音上
或寫在上面元音之上方。例如：

中輔音	前引	字例	讀 音	解 釋
ก	กน-	กนก	กะ-หนก	金／黃金／受驚／吃驚
จ	จม-	จมูก	จะ-หมูก	鼻子
	จร-	จริต	จะ-หริด	表現／舉止／神智／歷史
	จว-	จวัก	จะ-หวัก	椰殼勺
ต	ตง-	ตงิก	ตะ-หงิก	稍微／稍為／有一點
	ตน-	ตนุ	ตะ-หนุ	海龜
	ตล-	ตลาด	ตะ-หลาด	市／集／市集／商場
	ตว-	ตวาด	ตะ-หวาด	苛責／怒吒／威嚇／嚇唬
ป	ปร-	ปรอท	ปะ-หรอด	水銀／汞／溫度計／靈敏
	ปล-	ปลัด	ปะ-หลัด	副職／副手／助理
อ	อง-	องุ่น	อะ-หงุ่น	葡萄
	อน-	อนาถ	อะ-หนาด	可憐／可悲／憐憫
	อร-	อร่าม	อะ-หร่าม	輝煌／燦爛／閃閃發光
	อล-	อล่างฉ่าง	อะ-หล่าง-ฉ่าง	明顯／昭然若揭

ขจัด	消除／清除／消滅／克服
ขณะ	霎時／剎時／時候／片刻
ขนม	點心／糕點
ขนมปัง	麵包／餅乾
ขนาด	型號／規格／尺寸／量劑
ขนุน	波羅蜜／木波羅
เขมร	高棉／柬埔寨
ขยะ	垃圾
ขยัน	努力／勤奮／勤勉／奮發
ขยิบตา	眨眼
ฉลอง	慶祝／渡／墊／代替
ฉลาด	聰明／聰穎／聰慧
เฉลิมฉลอง	慶祝／祝賀
ถนน	路／道路／馬路／街道
ขยายถนน	擴大馬路
เถลไถล	擔擱／延誤／逛蕩
ผลิต	發芽／結果／生產／創造
ผลิตผล	產品／產物
แผนก	部／處／科
ฝรั่งเศส	法蘭西／法國
สนาม	廣場／操場／場地
สนามหลวง	王家田
สนุก	好玩／有趣／痛快／開心
สนุกสนาน	痛快／快樂／歡樂

สมัย	時期／時代／屆／回
สม่ำเสมอ	平坦／平衡／始終如一
สมุด	簿子／本子／書本
สระ	池／塘／洗滌／元音
สลบ	昏迷／昏厥／不省人事
สละ	放棄／犧牲
สลับ	交替／穿插／相間／夾雜
สลึง	錢（等於 25 沙丹）
สวัสดี	你好／再見
สว่าง	亮／明亮／光明／拂曉
สว่างไสว	輝煌／光輝／燦爛
เสนอ	提出／提供／提議／建議
เสนียด	邪惡／卑鄙／倒運／邪物
เสมอ	平坦／均衡／相等／常常
เสมียน	書記員／文書／文牘人員
แสลง	有害／有刺激／忌諱／禁忌
แสวง	尋找／追求／搜索
จมูก	鼻／鼻子
เจว็ด	偶像／傀儡
ตลก	滑稽／詼諧／好笑
ตลบ	翻上／翻轉／彌漫／飛揚
ตลบตะแลง	反覆無常／出爾反爾
หอมตลบ	散發香氣
ตลอด	一直／始終／全部／整個
ตลาด	市／集／市場／商場

ตลาดนัด	集市／墟市
ตลิ่ง	岸／岸邊
ตวาด	呵斥／怒斥／威嚇／嚇唬
เตลิด	潰散／四散
โตนด	糖棕樹
องุ่น	葡萄
อนึ่ง	又／另外／另者
อร่อย	可口／美味／好玩／有趣味
อร่าม	輝煌／燦爛／耀眼
เอร็ดอร่อย	十分可口／非常好吃
แอร่ม	輝煌／燦爛／耀眼
เพลิดเพลิน	出神／入迷／心曠神怡
ตะกร้อ	藤球
ว่าว	風箏／紙鳶
ปักเป้า	河豚／河豚風箏
จุฬา	五角星風箏

注釋　หมายเหตุ

1. **สลับกัน** 動詞，交替，交錯，相間，間隔，例如：
   คุณครู**สลับกัน**สอนวันละครั้ง　老師交替教每天一次。
   ปัญหา**สลับ**ซับซ้อน**กัน**มากเลย　非常錯綜複雜的問題。

2. **ตลอดมา** 副詞，向來，一向，一貫，例如：
   เขาขยันเรียนภาษาไทย**ตลอดมา**　一向來他努力學習泰語。
   เขาทำอย่างนี้**ตลอดมา**　一直以來他這樣做。

3. **เฉลี่ย** 動詞,平均,平分,攤分,例如：
เราเรียนภาษาไทย**เฉลี่ย**แล้วเดือนละ๔ครั้ง 我們學習泰語平均每月四次。

คุณหัดพูดภาษาไทย**เฉลี่ย**แล้ววันละกี่คำ 你練習講泰語平均每天幾句？

4. **จวน** 副詞,將要,快要,即將,臨近,幾乎,一般放在修飾表示時間、距離、程度等動詞的前面說明將近,例如：
เครื่องบิน**จวน**จะถึงกรุงเทพแล้ว 飛機快要到曼谷了。

จวนจะถึงตรุษจีนแล้ว 快要到春節了。

จวน 可用 เกือบ 來替代,而 เกือบ 用得廣泛和普遍,又如：
เรา**จวน**มาถึงเกาะสมุยแล้ว 我們快到蘇美島了。

เรา**เกือบ**มาถึงเกาะสมุยแล้ว 我們快到蘇美島了。

5. **ราวกับ** 副詞,好似,好像,宛如,口語用：**ราวกะ** 或 **ยังกะ**,例如：
เรือแล่นเร็ว**ราวกับ**ลมพัด 船駛快得像風吹。

ฝนตก**ยังกะ**ฟ้ารั่ว 雨下得像天漏一樣。

6. **"ๆ"** 疊音符號,表示前面的音節或詞語要重讀一遍,例如：
อื่นๆ 讀作：อื่น อื่น,
ทีละน้อยๆ 讀作：ทีละน้อย ทีละน้อย。

有關短語和句子 วลีและประโยคที่เกี่ยวข้อง ②

1. อย่าทิ้งขยะที่นี่ 別在此拋垃圾。

2. ต้มยำกุ้งอร่อยมาก 陰公湯(酸辣湯)非常好吃。

3. เขาไม่เคยไปตลาดน้ำ 他不曾去水上市場。

4. แม่ไปตลาดซื้อองุ่นมา 母親去市場買葡萄來。

5. พวกฝรั่งชอบทานขนมปัง 西人喜歡吃麵包。

6. เด็กสมัยนี้ฉลาดกันทุกคน 這時代的孩子每個都很聰明。

7. พรุ่งนี้สนามหลวงมีงานฉลอง 明天王家田有慶祝會。

8. ถนนในกรุงเทพขยายกว้างขึ้นมาก 曼谷的馬路擴大了很多。

9. กลางคืนไฟฟ้าในฮ่องกงอร่ามงามตา 夜裡香港的燈火燦爛奪目。

10. ประเทศไทยแต่ก่อนเรียกว่าประเทศสยาม 泰國以前叫做暹羅國。

講述事情 เรื่องเล่า ⑥

การเล่นว่าวเป็นกีฬาพื้นเมือง กีฬาพื้นเมืองคือกีฬาที่เล่นกันมา ตั้งแต่สมัยโบราณ กีฬาพื้นเมือง ไทยที่ยังคงนิยมเล่นกันอยู่ใน ปัจจุบันมีหลายอย่าง เช่น มวยไทย ตะกร้อ เป็นต้น

ว่าวเป็นกีฬาที่ให้ความเพลิด เพลินและมีการแข่งขันกันอีกด้วย เหมือนกับการแข่งขันกีฬาอื่นๆ ชาวไทยนิยมเล่นกันทั่วไป ว่าวไทย

放風箏是地方的體育，地方體育是從古代就開始的。泰國古代的地方體育在現代仍然流行的有好幾種，例如：泰拳、藤球、風箏等等。

風箏是能給以心曠神怡和有比賽的體育，好像其他體育比賽一樣，泰國人普遍流行。用在比賽時

ที่ใช้เวลาแข่งขันกันมี๒อย่าง
อย่างหนึ่งเรียกว่าว่าวปักเป้า เป็น
รูปสี่เหลี่ยม หางยาว อีกอย่าง
หนึ่งเรียกว่าว่าวจุฬา มีรูปเป็นดาว
ขนาดใหญ่กว่าว่าวปักเป้า ว่าวสอง
อย่างนี้จะแข่งขันกัน

的風箏有兩種：一種叫做
河豚風箏，是四方形的，
長長的尾巴，另一種叫做
五角星風箏，是星型的，
尺寸大過河豚風箏，這兩
種風箏會相互比賽。

換詞講新句子 เปลี่ยนศัพท์พูดประโยคใหม่

1. เขาเป็นเด็กที่ดีขยัน..... (เรียนหนังสือ ทำงาน)

2. เดี๋ยวนี้ชาวบ้านไม่เหมือนสมัย..... (ก่อน โบราณ โน้น)

3. เพื่อนทำงานอยู่ที่ตลาด..... (สด หุ้น น้ำ นัด การเงิน)

4. เขาชอบไปออกกำลังกายที่สนาม..... (กีฬา หญ้า หลวง)

5. น้องสาวเป็นคนขยาย..... (กิจการ ความ รูป เข็มขัด)

練習 แบบฝึกหัด

1. จงทำความเข้าใจวิธีการสะกดอักษรสูงนำหน้า

2. จงทำความเข้าใจวิธีการสะกดอักษรกลางนำหน้า

3. จงอ่านคำศัพท์ วลีและประโยคให้คล่อง

4. จงอ่านคำต่อไปนี้ให้ถูกต้องและอธิบายความหมาย

ขนมปัง ขนาด ขยะ ขยิบตา ขยายถนน เฉลิม
ฉลอง เถลไถล สนุกสนาน สลึง สวัสดี เสมยน
เสมอ แสลง จมูก ตลก ตลอด ตลาด ตลิ่ง
อร่อย อร่าม

5. แต่งประโยค

(1) ฉลาด   (2) สวัสดี

(3) สว่าง   (4) อร่อย

6. จงขยายวลีและประโยคต่อไปนี้ให้มีเนื้อความกว้างขึ้น

(1) เขาไปขึ้นเครื่องบินที่..........

(2) บางคนพูดจาตลบตะแลง..........

(3) เขาชอบพูดเรื่องตลก..........

(4) แสงไฟในฮ่องกง..........

(5) รถวิ่งมาไม่มีฝุ่นตลบ...........

7. จงแปลประโยคต่อไปนี้เป็นจีน

(1) คนไทยชอบดูตลก

(2) ฝรั่งโดยมากจมูกสูงหน่อย

(3) เขาเอารูปไปขยายให้เพื่อน

(4) ขนมของไทยก็อร่อยเหมือนกัน

(5) ไปเที่ยวตลาดนัดกันมาสนุกมากเลย

8. จงแปลประโยคต่อไปนี้เป็นไทย

  (1) 泰國物產很多。

  (2) 他一直學習泰語。

  (3) 他已經去高棉遊覽了。

  (4) 弟弟到市場去買鉛筆和簿子。

  (5) 我們喜歡去王家田鍛鍊身體。

9. จงท่องบทเรื่องเล่าให้คล่อง

知多一點點⋯⋯

親族稱謂 คำศัพท์เครือญาติ

ปู่ 祖父／爺爺

ย่า 祖母／奶奶

ตา 外祖父／公公／老爺

ยาย 外祖母／婆婆／姥姥

ทวด 曾祖父母／外曾祖父母

ลุง 父母的兄長／大姑丈／
　　　大姨丈

ป้า 父母的姐姐／伯母／大舅母

น้า 母親的弟妹／舅舅／姨母

อา 父親的弟妹／叔叔／姑姑

พี่ 哥哥／姐姐

น้อง 弟弟／妹妹

ลูก 子女

หลาน 孫／姪／甥

สามี 丈夫

ภรรยา 妻子

ผัว 老公

เมีย 老婆

พ่อ บิดา 爸爸／父親

แม่ มารดา 媽媽／母親

พ่อสามี 家翁／公公

แม่สามี 家婆／婆婆

พ่อตา 岳丈／丈人

แม่ยาย 岳母／丈母娘

เขย 婿

สะใภ้ 親屬之妻

ลูกชาย 兒子

ลูกสะใภ้ 兒媳婦

ลูกสาว 女兒

ลูกเขย 女婿

หลานชาย 孫子／侄子／外甥

หลานสาว 孫女／外孫女

หลานเขย 孫婿／侄婿／甥婿

หลานสะใภ้ 孫媳婦／姪媳婦／
　　　　　甥媳婦

พี่เขย 姐夫／姐丈

น้องเขย 妹夫／妹婿

พี่สะใภ้ 嫂嫂／嫂子

น้องสะใภ้ 弟妹／弟婦	**แม่บ้าน** 主婦
ลูกพี่ลูกน้อง 堂、表兄弟姊妹	**ผู้ปกครอง** 監護人／家長
เด็ก 小孩／孩子／兒童	**เจ้าบ่าว** 新郎
เด็กผู้ชาย 男孩子	**เจ้าสาว** 新娘
เด็กผู้หญิง 女孩子	**ญาติ** 親戚／親屬
ทารก เด็กอ่อน 嬰兒／幼兒	**ผู้ใหญ่** 長輩
แฟน 戀人／配偶	**ครอบครัว** 家庭／家屬

發短元音"-ะ"的前引字
อักษรที่ไม่มีสระ"-ะ"แต่ต้องออกเสียงสระอะ

前面我們學習的前引字有："ห"前引字、"อ"前引字、高輔音前引字、中輔音前引字。在這課裡我們學習其他的前引字，兩個輔音同時與元音相拼合，前一個輔音要發與短元音"-ะ"相拼合，發音輕而短，但沒有短元音的字形，前面的輔音可以是中輔音、低輔音和高輔音，後面的輔音照原音與元音拼讀，這就是沒有短元音"-ะ"，但要發短元音"-ะ"，拼合形式如下：

🕮 กติกา (กะ-ติ-กา)　規則／公約

　　เจริญ (จะ-เริน)　發展／繁榮／建立

　　ปฏิเสธ (ปะ-ติ-เสด)　拒絕／否定

　　อนาคต (อะ-นา-คด)　將來／前景

　　คณิต (คะ-นิด)　計算／數學

　　ทวีป (ทะ-วีป)　洲／大陸／大島

　　นโยบาย (นะ-โย-บาย)　政策／方針

　　พยายาม (พะ-ยา-ยาม)　勤奮

　　ขจัด (ขะ-จัด)　消除／克服

　　แฉล้ม (ฉะ-แล่ม)　嫵媚／清秀

　　สกัด (สะ-กัด)　阻攔／敲／榨

　　สภาพ (สะ-พาบ)　情況／狀態

前引字與元音"-อ"相拼合
อักษรนำต้องออกเสียงเป็นสระออ

兩個輔音與兩個元音相拼合，前引字要與元音"-อ"相拼合，通常跟在後面的輔音要與短元音"-ะ"相拼合，發音要輕而短，這類詞語的前引字一般是：จ ท ธ น บ ม ห อ，其組合的具體形式如下：

- จรจัด (จอ-ระ-จัด)　流浪／遊蕩
- ทรราช (ทอ-ระ-ราช)　暴君
- ธรณี (ทอ-ระ-นี)　土地／門檻
- นรเทพ (นอ-ระ-เทบ)　國王／君主
- บริการ (บอ-ริ-การ)　服務／效勞
- มรกต (มอ-ระ-กด)　綠寶石／翡翠
- หรดี (หอ-ระ-ดี)　西南／西南方
- อรนุช (ออ-ระ-นุด)　妹子／女情人

既作尾輔音又作前引字
อักษรที่เป็นตัวสะกดและเป็นอักษรนำ

這種拼合的形式是既作尾音又作前引字，即是說這個輔音作為前面音節的尾輔音，又作後面音節的前引字，這種前引字的組合情況，舉例如下：

- กิจการ (กิด-จะ-การ)　業務／工作
- คุณภาพ (คุน-นะ-พาบ) 質量／質地
- เจรจา (เจน-ระ-จา)　會談／談判
- ชนบท (ชน-นะ-บด)　農村／鄉村

ดุษฎี (ดุด-สะ-ดี) 高興／愉快
ตุ๊กตา (ตุ๊ก-กะ-ตา) 洋娃娃／木偶
ทัศนา (ทัด-สะ-นา) 看／觀看
ธนบัตร (ทน-นะ-บัด) 鈔票／紙幣
บุษบา (บุด-สะ-บา) 花
ปรัศนา (ปรัด-สะ-หนา) 問題
ผลไม้ (ผน-ละ-ไม้) 水果／果子
พัฒนา (พัด-ถะ-นา) 發展／開發
ภัสดา (พัด-สะ-ดา) 夫／丈夫
มัธยม (มัด-ทะ-ยม) 中／中等
รัฐบาล (รัด-ถะ-บาน) 政府
ลัคนา (ลัก-คะ-นา) 吉辰
วิทยา (วิด-ทะ-ยา) 知識／學問
ศาสดา (สาด-สะ-ดา) 導師／教師
สัปดน (สับ-ปะ-ดน) 污穢／下流
อพยพ (อบ-พะ-ยบ) 遷移／疏散

詞語 คำศัพท์

กรุณา	憐憫／慈愛／勞駕／懇請
กระทรวงกลาโหม	國防部
เกษม	快樂／愉快／平安／安寧
เกษียณ	完結／終止／屆滿
ขณะ	剎時／時候／時刻
ขบวน	隊伍／行列／班次／列車

คดี	案件／案情
เจริญ	繁榮／發達／興旺／發展
ฉบับ	份／期／封／張
เฉพาะ	專門／特定／只／限於
ชนิด	種／品種／種類
ถนัด	擅長／清楚／準確
ทวีป	洲／大陸／大島
ทหาร	兵／軍人／戰士／軍事
ธนาคาร	銀行
ปฐม	初／首／先
ปทานุกรม	字典／詞書
ปทุมธานี	巴吞他尼府
ปริมาณ	量／數量
โรงพยาบาลทหาร	軍人醫院
ผสม	摻和／調和／積聚
พนักงาน	職官／職員／幹事
พม่า	緬甸
พยายาม	勤奮／努力／盡力
พลัง	力／力量
มหา	大／偉大／大量
วลี	詞組／短語
สกัด	阻攔／阻擋／敲／榨
นามสกุล	姓／姓氏
สตรี	婦女／女子
สถาน	場所／位置／住所／職位

สถานี	站／署／台
สบาย	舒適／健康／輕易
สภา	會場／會議／協會
สมาชิก	成員／委員／委員
อนาคต	將來／未來／前景
อธิบาย	解釋／說明／闡明
อธิษฐาน	祈禱／禱告
อนามัย	衛生／保健／健康
อนุญาต	許可／准許／批准
ขออภัย	請願諒／請寬恕
อเมริกา	美國／美洲
อยุธยา	阿育他雅／無敵城
อรัญประเทศ	阿蘭
อรุณ	黎明／晨曦／曙光
อรุณี	紅色（女士名字）
ทรหด	頑強／堅忍／百折不回
มรกต	綠寶石／翡翠
มรดก	遺產
มรสุม	暴風雨／季風／季節風
บริการ	服務／效勞／幫助
บริจาค	獻出／獻給／捐獻／捐贈
บริโภค	飲食／使用／消費
บริเวณ	範圍／周圍
บริษัท	公司／社會
บริหาร	行政／管理／執行

กิจการ	業務／事物／工作
คุณภาพ	質／質量／質地
จัตวา	四
ชนบท	鄉村／鄉下／農村
โทมนัส	傷心／悲傷／悲哀
ปราศจาก	沒有／無
ผลไม้	水果／果子
พลเรือน	民用／文職
มัธยม	中／中等
รัฐบาล	政府／內閣
ราชการ	公務／公事／政事
วัณโรค	結核病
วิทยา	知識／學問
วิทยุ	無線電／收音機
ศาสนา	宗教／信仰
ศิลปิน	藝術家／藝人
สุขภาพ	健康／幸福／安康
โสมนัส	高興／興奮／喜悅／愉快
หินยาน	佛教小乘派
อพยพ	遷移／遷居／疏散
อลเวง	嘈雜／吵鬧／人聲鼎沸
เอกชน	個人／私人

注釋　หมายเหตุ

1. **กรุณา** 動詞，勞駕，懇請，表示請求某一件事，例如：
กรุณาตามผมมาทางนี้　請跟我這邊來。
กรุณาคุณเอาปนานุกรมเล่มนี้ไปให้คุณครู　勞駕你拿
這本字典給老師。

2. **ในขณะที่...** 相當於漢語的"在......時候"，例如：
ค่าครองชีพสูงขึ้น**ในขณะที่**รายได้คงเดิม　在收入還照
舊的時候生活費高起來了。
ในขณะที่ทุกคนกำลังหลับอยู่ เพลิงก็ลุกไหม้ขึ้น　在
每個人睡着的時候，火就燒起來了。

3. **สภาพ** 名詞，情況，情形，狀態，例如：
บ้านเขามี**สภาพ**แวดล้อมดี　他的家有好的環境。
เขาทำไปตาม**สภาพ**ของเขา　他按照他的情況做。

4. **ปราศจาก** 動詞，沒有，無，多用於書面，例如：
เราต้องการความช่วยเหลือที่**ปราศจาก**เงื่อนไข　我們
需要沒有條件的幫助。
ทหารย่อมไม่ทำร้ายข้าศึกผู้**ปราศจาก**อาวุธ　軍人當然
不傷害無武裝的敵人。

5. **ถนัด** 動詞，擅長，純熟，清楚，明顯，準確，完全，例如：
ถนัดมือซ้าย　慣用左手，**ถนัด**ทางการค้า　善於買賣；
เขาเห็นความผิดได้**ถนัด**　他清楚地看到錯誤。
ทำอย่างนั้นเป็นการผิด**ถนัด**　那樣做是完全錯誤。

有關短語和句子 วลีและประโยคที่เกี่ยวข้อง

1. เขาเป็นสมาชิกสภาที่ฮ่องกง　他是香港議會成員。

2. เขาไปธนาคารกรุงเทพเบิกเงิน　他去曼谷銀行提款。

3. โรงแรมที่เมืองไทยบริการดีมาก　泰國的酒店服務非常好。

4. ประเทศไทยกำลังเจริญก้าวหน้า　泰國正在發展進步。

5. ทหารไทยสู้รบกับศัตรูอย่างทรหด　泰國軍人和敵人頑強地戰鬥。

6. เพื่อนเขาอยู่เมืองไทยสบายดีมาก　他朋友在泰國住非常舒服。

7. ประเทศของเรามีอนาคตอันรุ่งเรือง　我們的國家有光明的前景。

8. ถ้าผมมีอะไรผิดก็ขออภัยด้วยนะครับ　如果我有什麼錯誤就請原諒。

9. เพื่อนบริหารงานอยู่ในบริษัทแห่งหนึ่ง　朋友在一家公司管理工作。

10. เขาใช้ความพยายามเรียนภาษาไทยอย่างเต็มที่　他努力全力地學習泰語。

講述事情 เรื่องเล่า

คุณอรุณีเป็นคนปทุมธานี เขานามสกุล เจริญ ณ อยุธยา คุณอรุณีเป็นหมอ เขามาทำงานที่ กระทรวงกลาโหม เขาทำงานที่ โรงพยาบาลทหารกับเพื่อน

คุณอรุณีออกจากบ้านไปทำ งานที่โรงพยาบาลทุกเช้า มีคน ไข้ไปหาคุณหมออรุณีวันละหลาย สิบคน บ้านคุณหมออยู่ใกล้สถานี ขนส่งสายใต้ คุณหมอไม่กลับ ไปทานอาหารเที่ยงที่บ้าน เพราะ ว่าตอนเที่ยงรถติดเหลือเกิน เขาทานอาหารเที่ยงที่ร้านอาหาร ข้างหน้าสมาคมทหารเก่า อาหาร ร้านนั้นอร่อยดี สะอาด ราคาไม่ แพง และบริการดีอีกด้วย

阿魯妮小姐是巴呑他尼人，她的姓氏是乍倫、那、阿育他亞，阿魯妮小姐是醫生，她在國防部工作，她和朋友在軍人醫院工作。

阿魯妮小姐每天早晨離開家去醫院工作，每天有幾十個病人來找阿魯妮醫生看病。醫生的家在南線運輸站的附近，醫生不回家吃午飯，因為正午時分很塞車，她在退伍軍人協會前面的飯館吃午飯，那家飯店味美，乾淨，價錢不貴，而且服務也很好。

換詞講新句子 เปลี่ยนศัพท์พูดประโยคใหม่

1. สุขภาพของเขา...... (ดี ไม่ดี อนามัย)

2. เพื่อนเขาเคยไปทวีป...... (เอเซีย ยุโรป อเมริกาเหนือ)

3. พนักงานพยายามเพิ่มพลัง...... (การผลิต ไฟฟ้า)

4. ในเมืองไทยมีมหา...... (ชน บุรุษ เศรษฐี ราช)

5. ท่านเป็นสมาชิก...... (รัฐสภา พรรค สามัญ
   วิสามัญ)

練習 แบบฝึกหัด

1. จงผันเสียงอักษรนำหน้าที่ออกเสียงสระอะให้คล่อง

2. จงผันเสียงอักษรนำหน้าที่ออกเสียงสระออให้คล่อง

3. จงผันเสียงอักษรตัวสะกดและตัวนำให้คล่อง

4. จงอ่านคำศัพท์ วลีและประโยคให้คล่อง

5. จงอ่านคำต่อไปนี้ให้ถูกต้องและอธิบายความหมาย
   กรุณา เกษียณ เจริญ ชนิด ปฐม ปริมาณ อภัย
   อนาคต อนุญาต พลัง พยายาม สกัด สตรี
   สมาชิก บริการ คุณภาพ ผลไม้ รัฐบาล สุขภาพ
   อพยพ

6. แต่งประโยค

   (1) เจริญ   (2) พยายาม

   (3) ธนาคาร   (4) บริษัท

7. จงขยายวลีและประโยคต่อไปนี้ให้มีเนื้อความกว้างขึ้น

   (1) เพื่อนตั้งบริษัทค้าขาย..........

   (2) เขาเป็นคนที่ทรหด..........

   (3) กรุณาส่งแก้วน้ำ...........

   (4) ธนาคารกรุงเทพสาขาฮ่องกง..........

(5)   พนักงานชายของอธิบาย..........

8.   จงแปลประโยคเป็นจีน

(1)   ผู้จัดการบริหารบริษัทได้ดีมาก

(2)   นักศึกษามีความทรหดอดทนดี

(3)   เขาเป็นชาวชนบทไม่เคยอยู่ในเมือง

(4)   ในห้องของแม่ปราศจากฝุ่นละออง

(5)   เขาจะอพยพไปอยู่เมืองไทยในไม่ช้านี้

9.   จงแปลประโยคเป็นไทย

(1)   誰在房間裡聽收音機？

(2)   泰國商品質量好了許多。

(3)   泰國軍人在戰鬥中勇敢。

(4)   泰國有正確的經濟政策。

(5)   他捐錢在巴吞他尼建佛寺。

10.   จงท่องบทเรื่องเล่าให้คล่อง

知多一點點……

時間 เวลา

วินาที 秒／秒鐘

นาที 分／分鐘

ชั่วโมง 小時　點鐘／鐘頭

เช้า 早／早晨

เช้านี้ 今早／今天早晨

เช้าพรุ่งนี้ 明晨／明天早晨

รุ่งเช้า 天亮／翌晨

ช่วงเช้า　ตอนเช้า 上午

สาย 上午八點至十點之間

เที่ยง 午／正午／中午

ก่อนเที่ยง 午前

หลังเที่ยง 午後

บ่าย 下午／午後

บ่าย๒โมง 下午兩點

ช่วงบ่าย　ตอนบ่าย 下午

เย็น 下午四點至六點／傍晚
　　　／日暮

ช่วงเย็น　ตอนเย็น 傍晚

๔โมงเย็น 下午四點

ค่ำ 晚／暮／夜間

หัวค่ำ 薄暮／黃昏

คืน 夜／夜晚／夜間

คืนวาน 昨晚

คืนวานซืน 前晚

คืนนี้ 今晚

คืนพรุ่งนี้ 明晚

คืนมะรืน 後天晚上

ทุกคืน 每晚

เที่ยงคืน 午夜／子夜

ดึก 深夜／半夜

สองยาม 午夜／子夜

วัน 天／日

วันหนึ่ง 一天／一日

วันนี้ 今天／今日

พรุ่งนี้ 明天／明日

วันมะรืน 後天

วันไหน 哪天

กลางวัน 白天

ครึ่งวัน 半天	ปีหน้า 明年
เดือน 月／月份	ปีใหม่ 新年
เดือนก่อน 上個月	ปีไหน 哪年
เดือนนี้ 這個月	ครึ่งปี 半年
เดือนหน้า 下個月	ทุกปี 每年
เดือนโน้น 那個月	ต้นปี 年初
ครึ่งเดือน 半月	กลางปี 年中
ต้นเดือน 月初	ปลายปี 年底／年尾
กลางเดือน 月中／中旬	แต่ก่อน 從前／以前
ปลายเดือน 月底／月尾	เมื่อเร็วๆนี้ 最近
เดือนไหน 哪個月	เมื่อสักครู่ 剛才
ปี 年	เดี๋ยวนี้ 現在／此刻／目前
ปีกลาย 去年	ปัจจุบัน 現在
ปีก่อน 前年	อนาคต 未來／前景
ปีนี้ 今年	

第六課 "ร"和"รร"的用法
บทที่ ๖ การสะกด"ร"และรหัน(รร)

"ร"的特殊用法　การใช้ "-ร"

關於低輔音"ร"的用法，前面我們所學的歸納起來有四種：作為首輔音與元音相拼合，如 **เรียน** (學習)；作為收尾的輔音，如 **อาหาร** (食物)；可以作為複合輔音，真正複合輔音：**กร ตร ปร คร พร ขร**，另類複合輔音：**ทร จร ซร ศร สร**，以及用來拼寫英文等外來語的複合輔音：**บร ฟร** 等等。另外"ร"作為複合輔音的尾輔音：**กร คร ชร ตร รถ รท** 等"ร"本身不用發音，**กร คร** 要讀作 **ก**，而 **ชร ตร รถ รท** 要讀作 **ด**，例如：

จักร (จัก)　縫紉機／機器／區域

สมัคร (สะ-หมัก)　報名／自願

เพชร (เพ็ด)　金剛石／鑽石

เมตร (เม้ด)　米／公尺

สามารถ (สา-มาด)　能／能夠

สารท (สาด)　秋天／秋節

在這裡我們學習"ร"作為另一種音節的尾輔音，即是要把"ร"當做元音來使用，"ร"與前面輔音相拼合時要讀作"–อน"，實際是元音為"–อ"，收尾的輔音為"–น"，例如：

◎ **มังกร (มัง-กอน)**　龍

สิงขร (สิง-ขอน)　山／山巔／頂

สาคร (สา-คอน)　江／河／海／水

ชีพจร (ชีบ-พะ-จอน)　脈／脈搏

อรชร (ออ-ระ-ชอน)　柔美／婀娜

ราษฎร (ราด-สะ-ดอน)　國民／民眾

อุดร (อุ-ดอน)　北方／上邊

อาทร (อา-ทอน)　寬厚／擔心

สาธร (สา-ทอน)　好／善／適合

วานร (วา-นอน)　猴子

สมพร (สม-พอน)　如願／如所祝願

สุภร (สุ-พอน)　好養／好改造

สมร (สะ-หมอน)　美女／戰爭

สังวร (สัง-วอน)　警戒／牽制

ลูกศร (ลูก-สอน)　箭／矢

อักษร (อัก-สอน)　文字／字母

สโมสร (สะ-โม-สอน)　俱樂部

พยุหร (พะ-ยุ-หอน)　泰古代計算法

บังอร (บัง-ออน)　女人／美人

"รร"的特殊用法　การใช้รหัน(รร)

上面我們已經說明了一個"ร"的用法，這裡我們再解釋兩個
"รร"的用法。這種用法叫做"ร หัน"，"ร หัน"的拼合方法有
兩種情況，分別舉例說明：

當"รร"後面沒有收尾的輔音時，讀作 "–ัน"(อัน)，例如：

⊚　กรรไกร (กัน-ไกร)　剪刀

　　ครรลอง (คัน-ลอง)　途徑／門路

จรรยา (จัน-ยา)　道德／操行
บรรจุ (บัน-จุ)　裝載／安置／分配
ยรรยง (ยัน-ยง)　英勇／英俊
หรรษา (หัน-สา)　快樂／歡樂

當 "รร" 後面有收尾的輔音時，讀作 "$\breve{-}$ -" (อะ)，例如：

กรรมกร (กำ-มะ-กอน)　工人
ดรรชนี (ดัด-ชะ-นี)　食指／指數
ทรรศนะ (ทัด-สะ-นะ)　觀點／看法
ธรรมนูญ (ทำ-มะ-นูน)　章程／規章
บรรพบุรุษ (บัน-นะ-บุ-หรุด)　祖先／祖宗
พรรณนา (พัน-นะ-นา)　描寫／形容
สรรพคุณ (สับ-พะ-คุน)　療效／功效
อรรธสระ (อัด-ทะ-สะ-หระ)　半元音

詞語 คำศัพท์

กรรไกร	剪刀／剪子
กรรม	業／行爲／罪惡／惡運
เกษตรกรรม	農業
บาปกรรม	罪孽／罪行／罪業
อุตสาหกรรม	工業
กรรมกร	工人
กรรมการ	委員／董事／裁判
มังกร	龍
ทรัพยากร	資源／物產
ศิลปากร	藝術

ครรลอง	途徑／門路
จรรยา	道德／操行／品格／禮貌
จราจร	交通／往來
ชีพจร	脈／脈搏
จับชีพจร	摸脈
ราษฎร	國民／民眾／平民
อุดร	北方／北面／上面
อุดรธานี	烏隆府
ธรรม	佛法／道行／真理／公平
ธรรมดา	普通／平凡／通常
ธรรมเนียม	風俗／習慣／傳統
ขนบธรรมเนียม	風俗習慣
ค่าธรรมเนียม	例費／手續費
รัฐธรรมนูญ	憲法
วัฒนธรรม	文化
นคร	大城市／都會
นครปฐม	佛統府
นครพนม	那空帕農府
นครศรีธรรมราช	那空是貪嗎叻府
ละคร	戲／劇／戲劇
ละครพูด	話劇
บรรจุ	裝／載／安置／就任
บรรทัด	線／直線／格／行
บรรทุก	運載／運輸
บรรเทา	減輕／消釋／救濟

บรรยาย	講授／敘述／解釋
บรรลุ	達到／到達／取得／實現
บรรลุนิติภาวะ	達到法定年齡
บรรเลง	演奏／奏樂
บรรเลงเพลง	演奏歌曲
บรรพชา	剃度／剃度爲沙彌
พรรค	黨／黨派／宗派
พรรคพวก	幫派／同伴／伙伴
ผิวพรรณ	膚色
พรรษา	雨／雨季／雨期
เข้าพรรษา	守夏節／坐夏節
พรศรี	福氣／福分
อวยพร	祝賀／祝願
ภรรยา	妻子／夫人
มรรยาท	禮貌
เว้นวรรค	留空／間隔
ลูกศร	箭／矢／箭頭符號
อักษร	文字／字母／輔音字母
สรรเสริญ	稱讚／讚美／贊揚／歌頌
จัดสรร	分配／撥給／選擇／挑選
เลือกสรร	挑選／選擇
สรรพคุณ	療效／功效／效能
สรรพนาม	代詞
สรรพสินค้า	百貨
สุพรรณบุรี	素攀武里府

สมรรถภาพ	效能／能力／才能
หรรษา	快樂／歡樂／歡欣／興奮
อรรธคราส	日月半蝕
อรรธสระ	半元音
วงดนตรีทหาร	軍樂隊／軍樂團
ภัตตาคาร	飯館／餐廳／酒樓
ประเสริฐ	高尚／卓越／傑出
ศิริพร	美好祝願

注釋　หมายเหตุ

1. **อวยพร** 動詞，祝，祝願，多用於預祝，例如：
   เราขอ**อวยพร**ให้เขาได้รับผลสำเร็จ 我們預祝他取得成功。ขอ**อวยพร**ให้มีความสุขความเจริญ 預祝幸福發達。

2. **สมรรถภาพ** 名詞，效能，效力，才能，例如：
   ศิลปกรมี**สมรรถภาพ**ในการทำงานมาก 藝術家在工作中很有效能。
   ภรรยาเขามี**สมรรถภาพ**ในการรักษาขนบธรรมเนียมไทย 他的妻子在維護泰國的風俗習慣上有效能。

3. **สรรเสริญ** 動詞，稱讚，讚美，歌頌，用以頌揚某人的功績或貢獻，例如：
   คนไม่ดีไม่มีใคร**สรรเสริญ** 不好的人沒有人稱讚。
   เขาเป็นทหารที่กล้าหาญจึงได้รับการยกย่อง**สรรเสริญ** 他是勇敢的戰士才得到讚揚。

4. **สักที** 語氣助詞，用在句末，起強調作用，相當於漢語的"總"、"老是"，帶有抱怨、指責等的感情色彩，例如：

วันนี้ฝนตกทั้งวันไม่เห็นหยุด**สักที** 今天下了一整天雨沒有個停。

ผมคอยเขาตั้งนานไม่เห็นมา**สักที** 我等了很久也看不到他來。

5. **บรร** 和 **บัน** 的用法，都做詞頭(**คำอุปสรรค**)，用法沒有具體的規定，多為習慣的用法，應該用的詞語 **บัน** 有如下：

บันกวด 束／扎／捆

บันจวบ 裝飾／裝修

บันดล 使發生／使產生

บันดาล 產生／變成／創造／點化

บันเดิน 走路／推動

บันโดย 跟隨／效法／表示

บันได 梯子／台階

บันทึก 記錄／記載／備忘錄

บันทึง 念叨／等候

บันเทิง 娛樂／消遣／歡樂

บันลือ 遠揚／風傳／轟動

บันเหิน 騰空／飛騰／飛翔

บันโหย 乏力／心灰意懶。

其他的全用 **บรร**。

有關短語和句子 วลีและประโยคที่เกี่ยวข้อง ⑨

1. **คนไทยมีมรรยาทดี** 泰國人很有禮貌。

2. **การจราจรในนครหลวงดีขึ้น** 首都的交通好起來。

3. เขาเป็นกรรมกรอยู่ที่กรุงเทพ 他是曼谷的工人。

4. ตามธรรมดาเขาชอบดูละครพูด 通常他喜歡看話劇。

5. วันเข้าพรรษาเขาต้องกลับอุดรธานี 入夏節他要回烏隆府。

6. อุตสาหกรรมของไทยเจริญขึ้นมากแล้ว 泰國的工業有很大的發展。

7. ภรรยาของเขาชอบศึกษาวัฒนธรรมไทย 他的妻子喜歡學習泰國文化。

8. เขามีพรรคพวกบ้านอยู่ที่จังหวัดสุพรรณบุรี 他有朋友住在素攀武里府。

9. ประเทศไทยมีทรัพยากรไม่น้อยกว่าประเทศอื่น 泰國有資源不少於其他國家。

10. วงดนตรีทหารบรรเลงเพลงสรรเสริญพระบารมี 軍樂團演奏讚頌國王仁德的讚歌。

講述事情 เรื่องเล่า 🔊

เฉินเสี่ยวเหมิ่งได้รับเชิญไปงานแต่งงานของคุณประเสริฐและคุณศิริพร เขายังไม่รู้จักธรรมเนียมไทยเรื่องการไปงานแต่งงานไม่ทราบว่าเขาจะทำอย่างไรดี เพื่อนแนะนำว่า เขาต้องไปงานกับภรรยา และต้องไปงานที่สุพรรณบุรี ต้องเอาของขวัญไปด้วย

陳小明接受邀請去巴瑟先生和西麗彭小姐的婚禮，他不知道赴結婚盛會的泰國習俗，不知道要怎麼做好。朋友介紹説：他要和太太一起赴盛會，而且要去素攀武里，也要拿禮物

ถึงเวลารดน้ำเราต้องให้แขกผู้ใหญ่รด
น้ำก่อน โดยมากรดน้ำเจ้าบ่าวก่อน
แล้วรดน้ำเจ้าสาว มักจะอวยพรด้วยว่า
"ขอให้มีความสุขความเจริญนะครับ"
หรือ "ขอให้อยู่ด้วยกันจนแก่จนเฒ่า
มีลูกเต็มบ้านหลานเต็มเมือง" รดน้ำ
เสร็จแล้วก็ต้องตรงไปงานเลี้ยงได้เลย
งานเลี้ยงจะจัดขึ้นที่บ้านหรือภัตตาคาร
ก็ได้

去。灑聖水的時候要讓
貴賓先灑水，多半先灑
給新郎然後再灑水給新
娘，往往會祝福説："祝
願幸福發達！"或者
"祝願白頭到老，萬子
千孫！"灑聖水完畢後
就直接去宴會，宴會在
家裡或者酒樓舉行都可
以。

換詞講新句子 เปลี่ยนศัพท์พูดประโยคใหม่

1. เพื่อนได้ไปกรุงเทพเป็น..... (กรรมกร กรรมการ)

2. ในสังคมไทยมีพรรค..... (การเมือง ฝ่ายค้าน
รัฐบาล)

3. คนไทยพยายามรักษา..... (วัฒนธรรม ธรรมเนียม
ประเพณี)

4. รถสองคันนี้มาบรรทุก..... (ผลไม้ สินค้า
กรรมกร)

5. วงดนตรีทหารบรรเลง..... (เพลงไทย เพลงสรรเสริญ)

1. จงหัดผันเสียงการใช้ "ร" ให้คล่อง

2. จงหัดผันเสียงการใช้ "ร หัน" ให้คล่อง

3. จงอ่านคำศัพท์ วลีและประโยคให้คล่อง

4. จงอ่านคำต่อไปนี้ให้ถูกต้องและอธิบายความหมาย
   กรรมกร ศิลปกร ทรัพยากร บาปกรรม
   อุตสาหกรรม เกษตรกรรม จราจร จรรยา ราษฎร
   ธรรมเนียม บรรจุ บรรยาย ผิวพรรณ สรรพนาม
   เข้าพรรษา เว้นวรรค

5. แต่งประโยค

   (1) อวยพร

   (2) จราจร

   (3) ธรรมเนียม

   (4) อักษร

6. จงขยายวลีและประโยคต่อไปนี้ให้มีเนื้อความกว้างขึ้น

   (1) ตามธรรมดาเขาชอบ..........

   (2) เราต้องจ่ายค่าธรรมเนียม..........

   (3) อักษรไทยแบ่งเป็น๓หมู่คือ..........

   (4) ผิวพรรณของสาวเหนือ..........

   (5) ไทยได้พัฒนาอุตสาหกรรม..........

7. จงแปลประโยคเป็นจีน

(1) เขาสนใจวัฒนธรรมไทยมาก

(2) พวกเราร้องเพลงสรรเสริญพระบารมี

(3) ภรรยาเขาเป็นกรรมกรของบริษัทที่กรุงเทพ

(4) ตามธรรมเนียมวันเข้าพรรษาต้องกลับบ้านกัน

(5) เด็กชายคนนั้นได้บรรพชาเป็นสามเณรมาแล้ว

8. จงแปลประโยคเป็นไทย

(1) 車運載泰國水果。

(2) 泰國工人遵守憲法。

(3) 泰文要根據格子來寫。

(4) 我們沿着箭頭所指走去。

(5) 他有很多伙伴住在佛統府。

9. จงท่องบทเรื่องเล่าให้คล่อง

家庭用具 เครื่องใช้ในบ้าน

กรอบรูป	相框	**ตู้**	樹／櫃
กระจก	玻璃／鏡子	**ตู้เซฟ**	保險箱
กระดาษชำระ	衛生紙／手紙	**ตู้ปลา**	魚缸
กริ่งประตู	門鈴	**ตู้เย็น**	冰箱／雪櫃
เก้าอี้โยก	搖椅	**ตู้เสื้อผ้า**	衣櫃
เก้าอี้หวาย	藤椅	**เตารีด**	燙斗／熨斗
แจกันดอกไม้	花瓶	**เตารีดไฟฟ้า**	電燙斗
เครื่องดับเพลิง	滅火器	**เตียง**	床
เครื่องดูดฝุ่น	吸塵機	**เตียงผ้าใบ**	帆布床
เครื่องดูดอากาศ	抽風機	**โต๊ะ**	桌子
เครื่องทำน้ำร้อน	熱水機	**โต๊ะเครื่องแป้ง**	梳粧台
เครื่องปรับอากาศ	冷氣機	**โต๊ะอาหาร**	餐桌
เครื่องเป่าผม	吹風機	**ที่นอน**	床鋪／臥具
เครื่องสำอาง	化粧品	**ที่บังแดด**	遮陽篷
เครื่องเรือน	家具	**เทปบันทึกเสียง**	錄音磁帶
เครื่องเล่นวิดีโอเทป	錄影機	**เทปวิดีโอ**	錄像帶
โคมไฟ	燈／燈籠	**นาฬิกาปลุก**	鬧鐘
ซีดี	激光唱片	**น้ำยาบ้วนปาก**	漱口劑
โซฟา	沙發	**ปลอกหมอน**	枕套

ปลั๊กตัวผู้ 插頭	ไฟตั้งโต๊ะ 檯燈
ปลั๊กตัวเมีย 插蘇	มีดโกนหนวด 剃鬍刀
แปรงขัดห้องน้ำ 廁所刷子	มุ้งลวด 紗窗
แปรงสีฟัน 牙刷	ไม้ขีดไฟ 火柴
แปรงหวีผม 髮刷	ไม้แขวนเสื้อ 衣架
ผ้าขนหนู 毛巾	ลิ้นชัก 抽屜
ผ้าคลุมเตียง 床罩	วิทยุเทป 收錄機
ผ้าเช็ดตัว 毛巾	สเตอริโอ 音響
ผ้าเช็ดหน้า 手巾	สายไฟ 電線
ผ้านวม 棉被	หมอน 枕／枕頭
ผ้าปูที่นอน 床單	หมอนข้าง 抱枕
ผ้าห่ม 被子	หมอนหนุน 枕頭
ผ้าม่าน 簾布	หมอนอิง 靠枕
ฝักบัวอาบน้ำ 噴頭／蓮蓬頭	หลอดไฟ 燈膽／燈管
พรม 地毯	หลอดนีออน 霓虹燈管／光管
พรมเช็ดเท้า 擦腳墊	หวี 梳子
พัดลม 風扇	หัวก๊อกน้ำ 水龍頭
ฟองน้ำ 海綿	อ่าง 盆
ฟูก 床墊	อ่างล้างหน้า 洗臉盆
ไฟแช็ค 打火機	อ่างอาบน้ำ 浴缸
ไฟฉาย 手電筒	

不發音符號"◌์"的使用 การใช้ไม้ทัณฑฆาต"◌์"

我們已經學習了泰語的各種拼合方法，在一些音節裡有些輔音不用發音。不發音的輔音多為複合輔音，但也有一些不是複合輔音的也不用發音，不發音的輔音多半是"ร"，例如：**กร คร ชร ตร รถ รท** 等等。在這裡我們要學習帶有不發音符號 "◌์" 的音節，不發音符號（ไม้ทัณฑฆาต）"◌์"，在任何一個輔音上方有的，就表示不用發音，可以在音節的末尾，也可以在中間。"**ต์**"這樣的字就不用發音，叫做不發音字（**ตัวการันต์**）。用不發音符號的詞語通常是外來語，特別是來自巴利文、梵文或者英文，因為外來語一般是多音節的，如果要刪去就會失去文字的原形，所以用不發音符號來幫助保持外來語文字的原形。不發音符號 "◌์" 的使用原則：用在多音節的巴利文或梵文時，不發音符號用在音節後面的輔音上方，例如：**อาจารย์**（老師／法師／師傅），**ประโยชน์**（益處／功能／效果）；用在有兩個疊在一起而不是複合的輔音的多音節的梵文或巴利文，不發音符號用在最後輔音的上方，而這兩個輔音都不用發音，例如：**จันทร์**（月亮／月球），**ศาสตร์**（經典／學術／法則）；用在英文或西方的外來語時，不發音符號的輔音可以在中間或者音節的尾輔音，例如：**ชอล์ก**（粉筆／白堊），**ฟิวส์**（保險絲）。

我們要注意的是，如果不發音符號用在梵文或巴利文音節的後面，並且音節的後面還有其他音節時，不發音符號"◌์"要省去，例如：

ทันต์ + **แพทย์** = **ทันตแพทย์** (ทัน-ตะ-แพด) 牙科醫生，

พันธุ์ + **รัต** = **พันธุรัต** (พัน-ทุ-รัด) 親族／血統。

請看不發音符號"-"運用的例子：

◎ **มัคคุเทศก์** 帶路人／導遊／嚮導

　ทุกข์ 苦／痛苦／愁苦／悲傷

　สตางค์ 士丹／分／錢／錢財

　แฟกซ์ 電話傳真

　นักปราชญ์ 哲士／博學之士

　ประทุษฏ์ 卑劣／惡劣／惡毒

　ประดิษฐ์ 製作／創始／創建

　กฎเกณฑ์ 準則／準繩／規則

　ประสบการณ์ 經歷／經驗

　มอเตอร์ไซด์ 電單車／摩托車

　วรรณยุกต์ 聲調符號

　โบสถ์ 佛殿／佛堂／大殿

　โทรศัพท์ 電話／打電話

　กุมภาพันธ์ 二月

　พิสูจน์ 證明／證實／驗證

　ศิลป์ 藝術／手藝／工藝／文科

　แป้นพิมพ์ 鍵盤

　ครรภ์ 腹／孕／胎兒

　ทรัพย์ 錢財／財物／財產

　วันเสาร์ 星期六

รถเมล์　公共汽車

สัตว์　動物／禽獸／畜生

ราชวงศ์　皇室／皇朝／朝代

ประจักษ์　目擊／心照／清楚／明顯

กางเกงยีนส์　牛仔褲

สัปดาห์　週／星期

กาญจน์　金／黃金／錢／金錢

พักตร์　臉／面

อินทร์　因陀羅／帝釋天

ลักษณ์　性質／形狀／標誌

ลักษมณ์　標記／標誌

ชอล์ก　粉筆／白堊

ปอนด์　磅／英鎊

เวบไซต์　網絡／互聯網

ซาร์ส　沙士

ฟิล์ม　膠卷／菲林

以上的例子是不發音符號的使用，泰語的拼合方法通常是有規律的，但有時不規律的也是有的，例如：**กษัตริย์**（國王／帝王／貴重金屬），讀作 **กะ-สัด**，除了“-์”不讀音外，“ริ”也不用讀音，這樣的情況是很特殊的，這特殊的情況我們要加以記憶。

在一些詞語當中，有的帶上不發音符號“-์”，有的沒有用不發音符號，但讀音完全一樣；有的詞語帶有不發音符號“-์”，但用在不同的輔音上，意思也是不同的。這些特殊情況要加以留意，不能亂用。請留意下列詞語的用法：

詞語 คำศัพท์	用法實例 ตัวอย่างที่ใช้
การ 工作 事務 事情	ที่ทำการไปรษณีย์ จะทำการสิ่งใดต้องระวัง
การณ์ 事情 事因 原因	สถานการณ์ มีเหตุการณ์อะไรเกิดขึ้น
กรณี 事變 事情 情況	กรณีพิพาท ในกรณีเช่นนี้
กรณีย์ 事務 義務 職責	กรณียกิจ（盡義務） บำเพ็ญกรณีย์
โจท 申訴 責備 指責	โจทเจ้า（背離）
โจทย์ 問答題 數學題	โจทย์เลข（數學題）
เนา 疏縫 打繃線	ใช้เข็มเนาผ้า เทพเจ้าเนาวิมาน
เนาว์ 新九	มณีเนาว์（九種寶石） เนาว์ศก（九年）
พาณิช 商人	นายพาณิชนำสินค้ามาขาย
พาณิชย์ 商業 商務 通商	การพาณิชย์ เขาเรียนวิชาพาณิชย์（價錢便宜）
เยา 輕 軟 年少 低廉	เยาราคา ราคาย่อมเยา（廉價）

เยาว์ 少年 年輕 青年	ยุพเยาว์ (妙齡) นงเยาว์ (美女)
สรร 挑 選 挑選	เขาสรรหาแต่คนดีๆ
สรรค 建 創造 建造	โลกนี้มีแต่ความสร้างสรรค์
อินทรี 鷹 馬鮫魚	นกอินทรีตัวใหญ่ ปลาอินทรีอยู่ในทะเล
อินทรีย์ 有機體 身體 神經	อินทรีย์เคมี เขาเมื่อยไปทั้งอินทรีย์
จันทน์ 檀香木	ไม้จันทน์ ใช้แก่นจันทน์ทำยารักษาโลก
จันทร์ 月亮 月球	พระจันทร์ พระจันทร์วันเพ็ญ
สัตย์ 諾言 忠實 老實	เขาเป็นคนซื่อสัตย์ สัตยธรรม (真理)
สัตว์ 動物 禽獸 牲畜	สัตว์ทะเล คนและสัตว์มีชีวิตอยู่ในโลก

詞語 คำศัพท์ 🔊

มัคคุเทศก์	帶路人／導遊／嚮導
ทุกข์	苦／痛苦／憂愁／悲哀
ธงไตรรงค์	三色旗

ประสงค์	想要／打算／意圖
พยางค์	音節／音綴
สตางค์	士丹／分／錢／錢財
สรรค์สร้าง	創造／建造／建設
พระสงฆ์	僧／僧人／僧伽
ผลิตภัณฑ์	產品／產物／出產
ประสบการณ์	經歷／經驗
เกรียงศักด์	強大／堅強
ดิสนีย์แลนด์	迪士尼樂園
ฟินแลนด์	芬蘭
นิมนต์	請僧人／邀請僧人
เปอร์เซ็นต์	百分比／佣金
รถยนต์	汽車
วรรณยุกต์	聲調符號
สงกรานต์	宋干節／潑水節
สุขสันต์	快樂
โบสถ์	佛殿／佛堂／大殿
มัธยัศถ์	節儉／節省／節約
โทรศัพท์	電話／打電話
ไนท์คลับ	夜總會
กุมภาพันธ์	二月
สิทธิ์	權／權利
โทรทัศน์	電視
ประโยชน์	益處／利益／功能
แสตมป์	郵票／印花

หนังสือพิมพ์	報紙
ฟาร์ม	農場／農莊／飼養場
กษัตริย์	國王／帝王／貴重金屬
เจดีย์	塔／佛塔
ซื่อสัตย์	忠誠／忠心耿耿
ทรัพย์	錢／錢財／財物／財富
ไปรษณีย์	郵政／郵遞
พาณิชย์	商業／商務／貿易
มนุษย์	人／人類
ลูกศิษย์	門徒／徒弟／學生
สุวิทย์	善明
อัศจรรย์	奇妙／神奇／奇異
อาจารย์	老師／師傅／法師
อาทิตย์	星期天／星期日
อนุสาวรีย์	紀念碑
คอมพิวเตอร์	電腦
ไดโนเสาร์	恐龍
พาสปอร์ต	護照
ภาพยนตร์	電影
วันจันทร์	星期一
วันศุกร์	星期五
วันเสาร์	星期六
วิทยาศาสตร์	科學／理科
อัฒจันทร์	半月／看台／貨架
อินเตอร์เน็ต	網絡／聯網

เฮลิคอปเตอร์	直升飛機
กอล์ฟ	高爾夫球
ฟิล์ม	膠卷／菲林
มินี่เมาส์	米妮老鼠
มิคกี้เมาส์	米奇老鼠
รถเมล์	巴士／公共汽車
เยาว์	少年／年輕的／男青年
สัตว์	動物／禽獸／畜生
ประจักษ์	目擊／心照／清楚／顯然
ปักษ์ใต้	泰國南部
ยักษ์	夜叉／巨人
ราชวงศ์	朝代／朝廷
กางเกงยีนส์	牛仔褲
เคราะห์	運氣／惡運／行星
สัปดาห์	週／星期
สายัณห์	傍晚／黃昏／日暮
เสน่ห์	魅力／吸引力
อุตส่าห์	努力／盡力／勤奮
สิงห์บุรี	信武里府
สุรินทร์	素輦府
นครสรรค์	那空沙旺府(北攬坡)
ประจวบคีรีขันธ์	巴蜀府
สุราษฎร์ธานี	素叻他尼府(萬崙)

注釋　หมายเหตุ

1. **อุตส่าห์** 動詞，努力，盡力，勤奮，耐勞，例如：
   ขอบคุณที่**อุตส่าห์**มาเยี่ยม 謝謝你盡力來探訪。
   อุตส่าห์มาถึงที่นี่แล้ว แวะไปหาอาจารย์หน่อย 都盡
   力來到這裡了，順道去找老師一下。

2. **มัธยัสถ์** 動詞，勤儉，節省，節約，例如：
   เขาใช้เงินอย่าง**มัธยัสถ์** 他節省地用錢。
   เราต้องสร้างประเทศด้วยความพยายามและ**มัธยัสถ์**
   我們要以努力和勤儉建設國家。

3. **ประสงค์** 動詞，想要，打算，目的，例如：
   แม่**ประสงค์**จะให้ลูกรู้จักเก็บหอมรอมริบ 母親想要讓
   子女懂得積蓄。
   เขา**ประสงค์**จะไปทำมาหากินที่เมืองไทย 他想要去泰
   國謀生。

4. **อัศจรรย์** 形容詞，奇妙，神奇，奇異，例如：
   ดิสนีย์แลนด์ฮ่องกงเป็นแหล่งท่องเที่ยว**ที่อัศจรรย์**อีก
   แห่งหนึ่ง 香港迪士尼樂園是另一個奇秒的旅遊點。
   เขาไปเที่ยวยุโรปเห็นสิ่ง**อัศจรรย์**มากเลย 他去歐洲旅
   行看到很多神奇的東西。

5. **มีประโยชน์ต่อ** 相當於漢語"……對……有利"，
   มีประโยชน์ต่อ 也可用 เป็นประโยชน์，例如：
   ฝนตก**เป็นประโยชน์ต่อ**พื้นดิน 下雨對土地有好處。
   เราต้องใช้เวลาให้**เป็นประโยชน์**มากที่สุด 我們要利用
   時間使之有更大的好處。

6. **ยังไง** 口語，即 **อย่างไร**，怎麼樣的意思。

有關短語和句子 วลีและประโยคที่เกี่ยวข้อง

1. เมืองฮ่องกงเสน่ห์ตะวันออก 香港東方魅力。

2. เขาโทรศัพท์ไปเมืองไทยแล้ว 他已經打電話去泰國了。

3. อาจารย์นั่งรถเมล์ไปโรงเรียน 老師乘巴士去學校。

4. เขามีเวลาดูโทรทัศน์ได้ทุกวันเลย 他每天都有時間看電視。

5. พระมหากษัตริย์ไทยมีความสามารถ 泰國國王有才能。

6. วันสงกรานต์เขาต้องกลับบ้านไปทำบุญ 潑水節他要回家去做善事。

7. ภาษาไทยมีทั้งพยางค์เปิดและพยางค์ปิด 泰語有開音節和閉音節。

8. เดือนกุมภาพันธ์เขาจะต้องไปเที่ยวนครสวรรค์ 二月他要去那空沙旺府遊覽。

9. วันจันทร์และวันศุกร์เขาจะต้องไปเรียนภาษาไทย 星期一和星期五他要去學習泰語。

10. เขาจะต้องออกไปซื้อแสตมป์ที่กรมไปรษณีย์ก่อน 他要出去先去郵政局買郵票。

會話 สนทนา

เกรียงศักดิ์ สวัสดีครับ คุณสุวิทย์

江薩：你好！

สุวิทย์ สวัสดีครับ คุณเกรียงศักดิ์

素威：你好！

เกรียงศักดิ์ เป็นยังไงครับ วันนี้ค่อยยังชั่วขึ้นไหมครับ

江薩：怎麼樣？今天好一點嗎？

สุวิทย์ วันนี้รู้สึกสบายขึ้นครับ แต่ยังรู้สึกเพลียอยู่

素威：今天感覺好些，但還疲倦。

เกรียงศักดิ์ ไม่เป็นไรหรอก อีกสองสามวันก็หาย
หมอห้ามทานอะไรบ้างครับ

江薩：不要緊，過兩天就會好，醫生不讓吃些什麼沒有？

สุวิทย์ ไม่ห้ามเลยครับ หมอให้ทานได้ทุกอย่าง
แต่บอกว่าควรจะทานอาหารอ่อนๆก่อน

素威：沒有禁止，醫生全都讓吃，但告訴說應該吃軟質的食品。

เกรียงศักดิ์ รู้สึกเบื่ออาหารไหมครับ

江薩：感到厭吃嗎？

สุวิทย์ รู้สึกเฉยๆครับ ก็พอจะทานได้บ้างนิดหน่อย

素威：覺得平常，還能吃一些。

เกรียงศักดิ์ พยายามทานหน่อยนะครับ จะได้หายเร็วๆ
ผมเอานมสดกระป๋องกะส้มมาฝาก

江薩：盡力吃點兒，就會好得快一點，我拿鮮奶罐頭和柑來送給你。

สุวิทย์ ขอบคุณมากครับ ไม่ควรลำบากเลย
มาเยี่ยมก็ดีใจแล้ว

素威：謝謝，不應該這樣麻煩，來探望就已經很好了。

เกรียงศักดิ์ หมออนุญาตให้กลับบ้านได้เมื่อไรครับ

江薩：醫生什麼時候允許你回家？

สุวิทย์ หมอบอกว่า ถ้าอาการดีขึ้นยังงี้ ก็จะอนุญาตให้
กลับบ้านได้วันศุกร์หรือวันเสาร์นี้ แล้วให้พักผ่อนที่
บ้านอีกสองอาทิตย์ แล้วก็ไปทำงานตามปกติได้

素威：醫生説，如果情況好起來，就會允許在星期五或星期六回家，
而且讓我在家休息兩個星期，然後照常去工作。

เกรียงศักดิ์ อย่าเป็นห่วงงานมากนักเลย พักให้แข็งแรง
เสียก่อนเถอะ

江薩：不要掛着工作，先休養讓健康好起來。

สุวิทย์ ครับ ผมจะพยายาม

素威：是的，我要努力。

เกรียงศักดิ์ ผมเห็นจะต้องกลับก่อนละครับ ขอให้หายเร็วๆ

江薩：我要回家了，祝你快些病癒。

สุวิทย์ ขอบคุณมากครับ สวัสดีครับ

素威：多謝你，再見！

เกรียงศักดิ์ สวัสดีครับ

江薩：再見！

換詞講新句 เปลี่ยนศัพท์พูดประโยคใหม่

1. เราต้องวานเขาไปซื้อไปรษณีย์..... (ยากร (郵票)
   บัตร (明信片))

2. กรุงเทพเป็นศูนย์...... (การค้า การเมือง
   การปกครอง)

3. คนไทยทุกคนมีสิทธิ์...... (มนุษยชน พลเมือง

เลือกตั้ง)

4. เขาจะต้องเลือกใช้โทรศัพท์...... (มือถือ ทางไกล สาธารณะ)

5. สัตว์ต่างๆแบ่งได้เป็นสัตว์...... (ทะเล ป่า เลี้ยง เลือดเย็น)

練習 แบบฝึกหัด

1. จงหัดใช้ไม้ทัณฑฆาต "-์" ให้คล่อง

2. จงอ่านคำศัพท์ วลีและประโยคให้คล่อง

3. จงอ่านคำต่อไปนี้ให้ถูกต้องและอธิบายความหมาย
    กษัตริย์ วันเสาร์ วันจันทร์ วันศุกร์ วันอาทิตย์
    พิมพ์ โทรทัศน์ โทรศัพท์ ซื่อสัตย์ มนุษย์ เสน่ห์
    ยักษ์ สัตว์ อาจารย์ รถเมล์ ไปรษณีย์ สตางค์
    แพทย์ อัศจรรย์

4. แต่งประโยค

    (1) อาจารย์   (2) รถยนต์

    (3) วันอาทิตย์   (4) โทรทัศน์

5. จงขยายวลีและประโยคต่อไปนี้ให้มีเนื้อความกว้างขึ้น

    (1) อาจารย์ของเราจะ..........

    (2) ในวันสงกรานต์คนไทย..........

    (3) พวกเขานั่งรถยนต์..........

    (4) วันเสาร์และวันอาทิตย์..........

  (5) เขาไปที่ทำการไปรษณีย์ซื้อ..........

6. จงแปลประโยคเป็นจีน

  (1) ธงไทยเรียกว่าธงไตรรงค์

  (2) เขาต้องไปทำสวนยางที่ปักษ์ใต้

  (3) เขาชอบไปพักผ่อนที่ประเทศฟินแลนด์

  (4) ผลิตภัณฑ์ของไทยส่งไปขายต่างประเทศมาก

  (5) เขาเป็นอาจารย์สอนภาษาไทยที่มหาวิทยาลัย
    ฮ่องกง

7. จงแปลประโยคเป็นไทย

  (1) 老師剛買電腦。

  (2) 二月他要去泰國南部。

  (3) 他喜歡看電影多過電視。

  (4) 他坐公共汽車去九龍找朋友。

  (5) 星期六和星期天很多人去鱷魚潭。

8. จงท่องบทสนทนาให้คล่อง

廚房用具 เครื่องใช้ในครัว

กระดาษแก้ว	玻璃紙	เครื่องดูดควัน	抽煙機
กระดาษฟอยล์	錫紙	เครื่องปั่นน้ำผลไม้	搾汁機
กระติกน้ำ	水壺	เครื่องปิ้งขนมปัง	烤麵包機
กระติกน้ำแข็ง	冰壺	จาน	碟
กระติกน้ำร้อน	熱水壺	จานกระดาษ	紙碟
กระทะ	鐵鍋	จานรองแก้ว	杯墊
กระทะท้องแบน	平底鐵鍋	จานรองถ้วย	茶托
กระทะไฟฟ้า	電鐵鍋	ช้อน	匙羹
กระป๋อง	罐頭/水桶	ช้อนชา	茶匙
ที่เปิดกระป๋อง	開罐頭刀	ช้อนโต๊ะ	匙羹
กะละมัง	盆	ชาม	碗
กาต้มน้ำ	水煲	ชามข้าว	飯碗
กาน้ำ	水壺	ชามน้ำแกง	湯碗
กาน้ำชา	茶壺	ซึ้งนึ่ง	蒸籠
แก้วน้ำ	水杯	ตะกร้า	籃子
แก้วเหล้า	酒杯	ตะเกียบ	筷子
ขวด	瓶/樽	ตะหลิว	鍋鏟
ที่เปิดขวด	開瓶器	ตู้กับข้าว	菜櫥
เขียง	案板/砧板	ตู้เย็น	冰箱/雪櫃

ไทย	中文	ไทย	中文
เตา	灶／爐	ฝากระทะ	鐵鍋蓋
เตาแก๊ส	煤氣爐	ฝาปิด	蓋子
เตาปิ้ง	烤爐	พัดลมดูดอากาศ	抽氣扇
เตาไฟฟ้า	電爐	มีด	刀／刀子
เตาน้ำมัน	石油氣爐	มีดโต้	板刀
เตาไมโคเวฟ	微波爐	มีดทำครัว	菜刀
เตาอบ	烘爐	มีดปอกผลไม้	水果刀
โต๊ะอาหาร	餐桌	มีดเล็ก	小刀
ถ้วย	杯子	มีดสเต็ค	餐刀
ถ้วยกาแฟ	咖啡杯	มีดส้อม	叉刀
ถังแก๊ส	石油氣桶	หม้อ	鍋
ถังขยะ	垃圾桶	หม้อข้าว	飯鍋
ถังน้ำ	水桶	หม้อต้มน้ำแกง	煮湯鍋
ถาด	托盤	หม้อตุ๋น	燉鍋
ทัพพี	勺／飯勺	เหยือก	水壺／水罐
ปินโต	飯格	เหยือกน้ำ	水壺／水罐
ผ้ากันเปื้อน	圍裙	อ่าง	盆
ผ้าเช็ดโต๊ะ	擦桌布	อ่างล้างชาม	洗碗盆

不發音的短元音"ี" "ุ"

สระเสียงสั้น"ี" "ุ" ที่ไม่ต้องออกเสียง ⑥

在泰語的音節裡，有些輔音不用發音，我們已經了解了。在一些音節裡有的短元音也不用發音，不用發音的短元音只有"ี"和"ุ"。短元音"ี"用在音節的尾音時不用發音，例如：

บัญญัติ (บัน-ยัด)　規章 條例 章程 制定 規定

สมมุติ (สม-มุด)　假定 假設 設若 倘若。

如果在音節的後面還有其他音節拼合在一起，這種情況短元音要讀出來，例如：

ประวัติศาสตร์ (ประ-วัด-ติ-สาด) 歷史／歷史學

อาณัติมาลา (อา-นัด-ติ-มา-ลา)　命令祈使語氣

短元音"ุ"多用於巴利文或梵文而且用在音節的末尾，一樣不用發音，例如：

ธาตุ (ทาด)　物質／本質／純金屬／元素／遺骨／消化功能

เหตุ (เหด)　起因／緣故／道理／事端／因為

如果音節後面還有其他音節拼合在一起，這種短元音也是要讀出來的，例如：

จตุสดมภ์ (จัด-ตุ-สะ-ดม)　四大臣

จตุรัส (จัด-ตุ-หรัด)　正方形／廣場

短元音作為尾音不發音的，也有一些，例如：

เกตุ	海王星／彗星／火焰
เกียรติ	光榮／名譽／尊敬
ชาติ	種族／民族／誕生／國家
ญาติ	親屬／親戚
ธาตุ	物質／純金屬／元素／遺骨
นิวัติ	回／返／翻
บัญญัติ	規章／條例／法規／規定
ประวัติ	歷史／履歷／傳記
พยาธิ	寄生蟲
พันธุ์	血統／家族／後裔／品種
ภูมิ	土地／場地／基礎／層次
เมรุ	須彌山／火葬亭
ศักดิ์	權勢／力量／地位／威望
สมมุติ	假設／假定／設若／倘如
สิทธิ	權利／法權／成功／繁榮
เหตุ	起因／緣故／道理／事端
อาณัติ	規則／命令／信號／托管
อุบัติ	發生／產生／根源／起因

泰語有些讀音比較特殊，像前面我們提到的 **กษัตริย์**，這裡也有一些要加以留意的，例如：

พรหม 讀作 **พรม** 梵摩／大梵天／淨志／繁榮／寬宏／聖賢
พราหมณ์ 讀作 **พราม** 婆羅門／精通吠陀經的祭司
เกียรติ 讀作 **เกียด** 光榮／榮譽／光彩／尊敬／尊貴
เกียรติคุณ 讀作 **เกียด-ติ-คุน** 德望／名望／聲望／美譽
ปาฏิหาริย์ 讀作 **ปา-ติ-หาน** 神通力／神通／神奇／奇蹟

เกตุ (เกด)	海王星／彗星／輝煌物
เกียรติ (เกียด)	光榮／名譽／尊貴
เกียรติคุณ (เกียด-ติ-)	名望／德望／聲望／美譽
เกียรติภูมิ (เกียด-ติ-พูม)	威望／威信
เกียรติยศ (เกียด-ติ-ยด)	榮譽／光榮／名譽／聲譽
เกียรติศักดิ์ (เกียด-ติ-สัก)	威名／聲威／聲譽／聲望
จัตุรัส (จัด-ตุ-หรัด)	正方形／廣場
ชาติ (ชาด)	民族／誕生／國家
ธรรมชาติ (ทัม-มะ-ชาด)	自然／天然 自然界
สัญชาติ (สัน-ชาด)	出生／國籍 本性
ญาติ (ยาด)	親戚／親屬
ญาติมิตร (ยาด-มิด)	親友
ธาตุ (ทาด)	物質／純金屬／元素
ธาตุเจดีย์ (ทาด-เจ-ดี)	安放佛骨佛塔
ธาตุพิการ (ทาด-พิ-กาน)	消化不良
นิวัติ (นิ-วัด)	回／返／翻
เสด็จนิวัต (สะ-เด็ด-นิ-วัด)	駕返
บริสุทธิ์ (บอ-ริ-สุด)	純粹／純淨 清潔 貞潔
บัญญัติ (บัน-ยัด)	規章／條例 制定 規定
ปรนนิบัติ (ปรน-นิ-บัด)	服侍／伺候 侍候
ปฏิบัติ (ปะ-ติ-บัด)	執行／奉行 對待 服侍
ประวัติ (ประ-หวัด)	歷史／履歷
ประวัติศาสตร์ (ประ-วัด-ติ-สาด)	歷史／歷史學
ประสิทธิภาพ (-ทิ-พาบ)	效能／功效／效率

กรรมสิทธิ์ (กัม-มะ-สิด)	所有權／專有權
วาจาสิทธิ์ (-สิด)	聖言／聖諭
ประสูติ (ประ-สูด)	生產／誕生
พยาธิ (พะ-ยาด)	寄生蟲
พรหม (พรม)	梵摩／聖賢／大梵天
พรหมจารี	靜修者／貞潔
พรหมลิขิต	命數／命裡注定
พรหมวิหาร	梵心／無量心
พันธุ์ (พัน)	血統／家族／品種
ผสมพันธุ์	配種／雜交
พงศ์พันธุ์	家族／宗族／氏族
สูญพันธุ์	絕種
โพธิ (โพ)	菩提／覺悟／成道
โพธิสัตว์	菩薩／大士
ภูมิ (พูม)	土地／場地／基礎／層次
ภูมิประเทศ (พู-มิ-)	地形／形勢
ภูมิลำเนา (พู-มิ-)	原籍／籍貫
ภูมิอากาศ (พูม-อา-กาด)	氣候
ภูมิคุ้มกัน (พูม-)	免疫力
ภูมิใจ (พูม-)	自豪／驕傲
ภูมิศาสตร์ (พู-มิ-สาด)	地裡
ศาลพระภูมิ (-พูม)	土地廟
อุณหภูมิ (อุน-หะ-พูม)	溫度／氣溫
เมรุ (เมน)	須爾山／火葬亭
ยาธาตุ (ยา-ทาด)	止瀉藥／建脾藥

ยานัตถุ์ (ยา-นัด)	鼻煙
วิกัติการก (วิ-กัด-ติ-)	表語
วิบัติ (วิ-บัด)	禍患／災害／危險
ศักดิ์ (สัก)	權勢／地位／威望
ศักดิ์ศรี	尊嚴／榮譽／光耀／光彩
ศักดิ์สิทธิ์ (สัก-สิด)	神聖／靈驗
บรรดาศักดิ์ (บัน-ดา-สัก)	爵銜
สมมุติ (สม-มุด)	假設／假定
สวัสดิ์ (สะ-หวัด)	平安／幸福／幸運
พูนสวัสดิ์	添福／添運／昌盛
สิทธิ (สิด)	權利／法權／成功
สิทธิ์	同 **สิทธิ**
สิทธิพลเมือง (สิด-ทิ-พน-ละ-)	公民權
สิทธิมนตร์ (สิด-ทิ-มน)	靈驗符咒
สิทธิมนุษยชน (สิด-ทิ-มะ-นุด-สะ-ยะ-ชน)	人權
สิทธิเลือกตั้ง	選舉權
เหตุ (เหด)	起因／緣故／道理
อนุมัติ (อะ-นุ-มัด)	批准／贊同
อัตโนมัติ (อัด-ตะ-โน-มัด)	自動化
อาณัติ (อา-นัด)	規則／信號／托管
อาณัติมาลา (อา-นัด-)	命令祈使語句
อาณัติสัญญา	條約／公約
อาณัติสัญญาณ	約定的信號
อุบัติ (อุ-บัด)	發生／產生／起因
อุบัติเหตุ (อุ-บัด-เหด)	意外事故

注釋　หมายเหตุ

1. **ภูมิใจใน....** 相當於漢語的"驕傲於"、"自豪於"，例如：

   พวกลูกศิษย์**ภูมิใจใน**ตัวอาจารย์มาก 學生們非常自豪於老師。

   คนไทยควร**ภูมิใจใน**สินค้าไทย 泰國人應該驕傲於泰國商品。

2. **ชาติ** 名詞，國，國家，多用於機構的名稱，例如：

   สภานิติบัญญัติแห่ง**ชาติ** 國家立法院

   พิพิธภัณฑ์สถานแห่ง**ชาติ** 國家博物館

3. **ด้วยเหตุที่ว่า....เพราะฉะนั้น** 相當於漢語的"因為......所以......"，例如：

   ด้วยเหตุที่ว่าลูกเป็นผู้ชาย **เพราะฉะนั้น**จะต้องไปเป็นทหาร 因為子女是男孩，所以要去當兵。

   ด้วยเหตุที่ว่าภาคกลางเป็นแผ่นดินอุดมสมบูรณ์ **เพราะฉะนั้น**ประชาชนจะต้องเพาะปลูกพืชผล 因為中部是肥沃的土地，所以人民要種植農產品。

4. **อนุมัติ** 動詞，批准，例如：สภา**อนุมัติ**งบประมาณแผ่นดิน 議會批准國家預算。

   ทางมหาวิทยาลัย**อนุมัติ**ให้ตามความขอร้องของนักศึกษา 大學方面批准學生的要求。

5. **ออกจะ** 副詞，較為、稍為、比較，用於對某人、某事或某種現象發表傾向於消極的意見或評論，或用於認為超過了適當的程度，例如：

   เขาไม่ใช่ประหยัด**ออกจะ**ขี้เหนียวเกินไป 他不是節省而是過分吝嗇了。

   เธอไปอยู่ที่กรุงเทพ**ออกจะ**ไกลไปหน่อยละมั้ง 你去曼谷居住較遠了一點了吧。

1. ชาวบ้านเชื่อพรหมลิขิต 老百姓相信命運。

2. ชาวฮ่องกงศรัทธาพระพรหม 香港人信仰四面神。

3. เขามีทรัพย์สมบัติที่กรุงเทพมาก 他在曼谷有很多財產。

4. เขาปฏิบัติตามกฎหมายทุกอย่าง 他每樣都照着法律執行。

5. เธอมีญาติพี่น้องอยู่เมืองไทยไม่น้อย 你有不少親戚在泰國。

6. เมื่อวานเกิดอุบัติเหตุรถชนกันที่สี่แยก 昨天在十字路口發生汽車相撞。

7. ภูมิลำเนาเดิมของอาจารย์อยู่ที่สุพรรณบุรี 老師的故鄉在素攀武里。

8. ไม่ว่าเขาจะทำอะไรทำตามเหตุผลทุกอย่าง 不論他做什麼每件事都按照道理做。

9. อุณหภูมิในฮ่องกงไม่หนาวไม่ร้อนสบายดีมาก 香港的氣溫不冷不熱很舒適。

10. เขาภูมิใจที่ได้เรียนจบจากจุฬาลงกรณ์มหาวิทยาลัย 他自豪能夠畢業於朱拉隆軍大學。

講述事情 เรื่องเล่า

เชียงใหม่เป็นจังหวัดที่สำคัญใน
ภาคเหนือ และเป็นจังหวัดที่เก่าแก่
มีพื้นที่ขนาดใหญ่ที่สุด เป็นเมืองศูนย์

清邁是北部重要的城府，也是北部最古老的城府有很大的面積，

กลางการท่องเที่ยวที่สำคัญของประเทศไทย ในสมัยก่อนเป็นเมืองอิสระ มีกษัตริย์ปกครอง ต่อมาได้รวมเข้ากับเมืองไทย จังหวัดเชียงใหม่ตั้งอยู่ริมแม่น้ำปิง

เชียงใหม่เป็นสถานที่ที่อุดมสมบูรณ์และมีอากาศดี อุณหภูมิไม่ร้อน มีธรรมชาติสวยงาม มีต้นไม้ ดอกไม้ ภูเขาและน้ำตก มีโบราณสถานและสถานที่ท่องเที่ยวหลายแห่ง มีพระธาตุดอยสุเทพ พระตำหนักภูพิงค์ราชนิเวศน์ ถ้ำ และน้ำตกต่างๆ ฐานะเศรษฐกิจของจังหวัดมั่นคง รายได้ของจังหวัดมาจากผลผลิตทางเกษตร คือ ใบชา ยาสูบ พืชผักผลไม้เมืองหนาว และมีรายได้ส่วนหนึ่งจากการท่องเที่ยว สินค้าพื้นเมืองได้แก่ ร่ม เครื่องเงิน ไม้แกะสลัก เครื่องเขิน

ชาวเชียงใหม่เคร่งครัดในศาสนามาก ในอดีตเคยเป็นเมืองศูนย์กลางในการเผยแพร่ศาสนาทางภาคเหนือ มีวัดวาอารามมาก

是泰國重要的旅遊中心。從前是獨立的國家,有國王治理,後來與泰國合併。清邁府地處在賓河岸上。

清邁是肥沃以及天氣好的地方,氣溫不熱,有美麗的自然環境,有樹木、花朵、山脈及瀑布,有許多古蹟和旅遊點,例如：素貼山舍利塔,蒲屏叻尼域行宮,山洞以及各種瀑布。城府的經濟地位很穩固,城府的收入來自農業的產物,即茶葉、煙葉、寒帶國家的瓜果蔬菜,以及有一部分收入是來自旅遊。土產有傘、銀器、木刻、漆器。

清邁人非常嚴明於宗教,從前曾經是北部傳播宗教的中心,有很多的廟宇佛寺。

換詞講新句子 เปลี่ยนศัพท์พูดประโยคใหม่

1. อุณหภูมิในเมืองฮ่องกง..... (ไม่หนาว ไม่ร้อน เย็นสบาย)

2. นักเรียนทุกคนต้องศึกษา..... (ประวัติศาสตร์ ภูมิศาสตร์)

3. ชาวฮ่องกงมี..... (สิทธิมนุษยชน สิทธิพลเมือง สิทธิเลือกตั้ง)

4. รัฐสภาได้บัญญัติ..... (กฎจราจร กฎหมายสัญชาติ)

5. เขาเป็นคนไทยที่มีเชื้อชาติ..... (จีน เขมร อเมริกา ฝรั่ง)

練習 แบบฝึกหัด

1. จงหัดผันเสียงสระเสียงสั้นที่ไม่ต้องออกเสียงให้คล่อง

2. จงอ่านคำศัพท์ วลีและประโยคให้คล่อง

3. จงอ่านคำต่อไปนี้ให้ถูกต้องและอธิบายความหมาย
เกียรติศักดิ์ ธรรมชาติ บริสุทธิ์ บัญญัติ ประสิทธิ-
ภาพ ประสูต พรหมลิขิต พงศ์พันธุ์ โพธิ
ภูมิศาสตร์ อุณหภูมิ วิกัติการก วิบัติ ศักดิ์สิทธิ์
เหตุการณ์ อาณัติ อุบัติเหตุ

4. แต่งประโยค

   (1) ธรรมชาติ   (2) ปฏิบัติ

   (3) ภูมิประเทศ   (4) อุณหภูมิ

5. จงขยายวลีและประโยคต่อไปนี้ให้มีเนื้อความกว้างขึ้น

    (1) ภูมิศาสตร์ไทย..........

    (2) มีเหตุผลอะไร..........

    (3) เขาภูมิใจมากที่..........

    (4) ญาติพี่น้องของเขา..........

    (5) จัตุรัสเทียนอันเหมิน(天安門)...........

6. จงแปลประโยคเป็นจีน

    (1) เขาปรนนิบัติคนไข้ได้อย่างดี

    (2) เขามาอยู่เมืองไทยมีสัญชาติไทย

    (3) เขาขี่รถจักรยานไปเที่ยวธาตุเจดีย์

    (4) ผมเคยไปชมพิพิธภัณฑ์สถานแห่งชาติ

    (5) ท่านมีเกียรติภูมิอย่างสูงในหมู่ประชาชน

7. จงแปลประโยคเป็นไทย

    (1) 我們學習泰國歷史。

    (2) 我們去過素貼山佛塔。

    (3) 他學會泰語感到非常驕傲。

    (4) 潑水節我們要去寺院齋僧。

    (5) 香港的氣溫和自然環境很好。

8. จงท่องบทเรื่องเล่าให้คล่อง

知多一點點……

各類場所 สถาที่ต่างๆ

กรม 廳	**ที่ว่าการอำเภอ** 縣公署
กรมไปรษณีย์ 郵政局	**ธนาคาร** 銀行
กระทรวง 部	**โบราณสถาน** 古蹟
กระทรวงกลาโหม 國防部	**โบสถ์** 佛堂／大殿
กอง 局／處／隊	**โบสถ์ฝรั่ง** 教堂
กองตรวจคนเข้าเมือง 移民局	**ปั๊มน้ำมัน** 油站
กองบังคับการ 指揮部	**ป่าไม้** 森林
กองบัญชาการ 司令部	**พระปรางค์** 對方形塔
กองบัญชาการทหารสูงสุด	**พระราชวัง** 王宮
總司令部	**พระราชวังวิมานเมฆ** 紫雲王宮
กำแพงเมือง 城牆	**พระมหาราชวัง** 大王宮
คลีนิค 診所	**พิพิธภัณฑ์** 博物館
เจดีย์ 佛塔	**พิพิธภัณฑ์แห่งชาติ** 國家博
ซูเปอร์มาร์เก็ต 超級市場	物館
ด่านตรวจคนเข้าเมือง 入境	**ฟาร์ม** 農場／飼養場
檢查站	**ภัตตาคาร** 飯館／酒樓
ด่านตรวจโรค 檢疫站	**มหาวิทยาลัย** 大學
ด่านศุลกากร 海關	**มัสยิด** 清真寺
ท่าเรือ 碼頭	**รัฐสภา** 政府／內閣
ที่ทำการ 行政公署	**ร้านขายยา** 藥店
ที่ทำการเทศบาล 市政公署	**ร้านขายหนังสือ** 書店
ที่ทำการไปรษณีย์ 郵政辦事處	**ร้านเสริมสวย** 美容院

โรงงาน 工廠	สถานีโทรทัศน์ 電視台
โรงโบว์ลิ่ง 保齡球場	สถานีรถไฟ 火車站
โรงภาพยนตร์ 電影院	สถานีรถไฟใต้ดิน 地下鐵路站
โรงยิมเนเซียม 體育館	สถานีวิทยุกระจายเสียง 廣播電台
โรงเรียน 學校	
โรงเรียนชั้นประถม 小學	สถานีอนามัย 衛生站
โรงเรียนชั้นมัธยม 中學	สนาม 操場／廣場
โรงเรียนอนุบาล 幼稚園	สนามกอล์ฟ 高爾夫球場
โรงแรม 酒店	สนามกีฬา 體育場
โรงละคร 劇院	สนามบิน 飛機場
โรงหนัง 戲院	สนามฟุตบอล 足球場
ลานจอดรถ 停車場	สนามมวย 擂台／拳場
วัด 佛寺	สนามม้า 跑馬場
วิทยาลัย 學院	สนามหลวง 王家田
ศาล 法庭／廟堂	สมาคม 協會／會館
ศาลฎีกา 大理院／最高法院	สโมสร 俱樂部
ศาลแพ่ง 民事法庭	สระว่ายน้ำ 游泳池
ศาลอุทธรณ์ 上訴院／高級法院	สวนดอกไม้ 花園
ศาลากลางจังหวัด 府公署	สวนผลไม้ 果園
ศาสนจักร 基督教堂	สวนสนุก 樂園
สถานกงสุล 領事館	สวนสัตว์ 動物園
สถานที่ราชการ 政府辦事處	สวนสาธารณะ 公園
สถานทูต 使館	หอสมุด 圖書館
สถานีตำรวจ 警察署／派出所	ห้างสรรพสินค้า 百貨公司
สถานีดับเพลิง 消防站	อพาร์ตเมนต์ 公寓

梵文元音 สระเกิน

泰語的 44 個輔音全學過了，32 個元音也學過很多了，9 個單長元音，9 個單短元音，3 個複合長元音，3 個複合短元音，4 個特殊元音。這裡我們再學 4 個特殊元音，這四個特殊元音我們叫做梵文元音，泰語叫做 **สระเกิน**(過多元音)，即：**ฤ ฤๅ ฦ ฦๅ**，它的特殊是它即是元音，它也是輔音，屬於低輔音，但它不列在輔音字表裡。如果我們要查字典的話，**ฤ** 和 **ฤๅ** 在 **ร** 的後面，**ฦ** 和 **ฦๅ** 在 **ล** 的後面。這四個梵文元音是：

ฤ 短元音　讀作 **รึ**(reu)

ฤๅ 長元音　讀作 **รือ**(reu)

ฦ 短元音　讀作 **ลึ**(leu)

ฦๅ 長元音　讀作 **ลือ**(leu)

這四個梵文元音用的不多，一般只是 **ฤ** 和 **ฤๅ** 有用，而長元音 **ฤๅ** 只用在幾個詞語裡：**ฤๅษี**（林間修行者／隱士／瑜珈），**ฤๅทัย**（心／心靈／心情感情），**ฤๅดี**（高興／喜悅）。**ฦ** 和 **ฦๅ** 已經沒有用了。用的最多的是 **ฤ**，有三種讀法，舉例說明如下：

ฤ 讀作 **ริ**(ri)，一般用在輔音 **ก ต ท น ป ม ศ ส ห** 的後面，例如：

🔹 **กฤษฎีกา**（กริด-สะ-）　法令／政令

　ตฤณ（ตริน）　草

ทฤษฎี (ทริด-สะ-)　理論／原理

นฤตย์ (นะ-ริด)　舞蹈／跳舞

ปฤจฉา (ปริด-ฉา)　問題／疑問

มฤจฉา (มะ-ริด-)　過錯／錯誤

ศฤงค์ (สริง)　獸角／山峰／頂點

สฤษฎ์ (สริด)　已製造／已完成

หฤษฏ์ (หะ-ริด)　喜悅／歡喜／舒適

ฤ 讀作 รื (reu)，一般用在輔音 ค น ม ห 的後面，也可在輔音的前面，例如：

◎ คฤห (ครี-หะ)　住宅／家庭

นฤ (นรึ)　勇士／仙人／人／沒有

พฤกษ์ (พรึก)　植物／樹木

มฤตยู (มรึด-ตะ)　死亡／死神

หฤทย์ (หะ-รึด)　心／心靈／核心

ฤดี (รี-ดี)　高興／喜悅

ฤดู (รี-ดู)　季／季節／時節／時令

ฤทัย (รี-ไทย)　心／心靈／心情

ฤ 讀作 เรอ (re)，只有用在一個詞語裡：

ฤกษ์ (เริก)　吉時／吉辰／良辰吉日

詞語 คำศัพท์　◎

กฤดีกา (กริ-)　　規章／規則／公約

กฤษฎีกา (กริด-สะ-)　法令／政令

กฤษณา (กริด-สะ-หนา)　沉香

ตฤณ (ตริน)	草
ทฤษฎี (ทริด-สะ-)	理論／原理
ปฤจฉา (ปริด-ฉา)	問題／疑問
ปฤษฎ์ (ปริด)	後／後面
ปฤษฎางค์ (ปริด-สะ-ดาง)	背部
มฤจฉา (มะ-ริด-ฉา)	過錯／錯誤
มฤจฉาชีพ	不正當職業
มฤจฉาทิฐิ	錯誤意見／錯誤見解
ศฤงคาร (สริง-คาน)	家產／財產
สฤษฎ์ (สริด)	已製造／已完成
หฤษฎี (หะ-ริด-สะ-ดี)	興高采烈
ฤทธ์ (ริด)	繁榮／茂盛／富裕／
ฤทธิ์ (ริด)	神通／法術／繁榮
ฤทธิเดช	同 **ทฤธิ์**
คฤห (ครี-หะ)	僕人／住宅／家庭
คฤหบดี (ครี-หะ-บอ-)	家長
คฤหัสถ์ (ครี-หัด)	俗人／家主
คฤหาสห์ (ครี-หาด)	豪華住宅
นฤพาน (นะ-รี-)	涅槃／圓寂
พฤกษ (พรึก-สะ)	植物／樹木
พฤกษชาติ	植物／植物類
พฤกษศาสตร์	植物學
พฤติ (พรึด)	品行／行爲／舉止
พฤติกรรม (พรึด-ติ-)	行爲／表現
พฤติการณ์ (พรึด-ติ-)	事情／事態

พฤตินัย (พรึด-ติ-)	事實上
พฤศจิกายน (พรึด-สะ-)	十一月
พฤษภาคม (พรึด-สะ-)	五月
พฤหัสบดี (พรี-หัด-สะ-)	星期四
มฤค (มรึก)	鹿／鹿類動物
มฤตภาพ (มริด-ตะ-)	死亡率
มฤคศิรมาท	正月
มฤตยู (มรึด-ตะ-)	死亡／死神
หฤทัย (หะ-รึ-)	心臟／心靈
หฤโหด (หะ-รึ-)	殘酷／險毒／狠心
ฤชา (รึ-ชา)	例費／手續費
ฤดี (รึ-ดี)	高興／喜悅
ฤดู (รึ-ดู)	季／季節／時節
ฤดูกาล	時節／時令／時期
ฤดูใบไม้ผลิ	春天／春季
ฤดูใบไม่ร่วง	秋天／秋季
ฤดูฝน	雨季
ฤดูร้อน	夏季／夏天
ฤดูหนาว	冬季／冬天
ฤษี (รี-สี)	林間修行者／隱士
ฤกษ์ (เริก)	吉時／良辰
ปฐมฤกษ์	創業吉時
ฉบับปฐมฤกษ์	創刊號
ประพฤติ (ประ-พรึด)	行爲／品行
ประพฤติไม่ดี	不好品行

ผิดประพฤติ	做錯／犯錯
ประพฤทธิ์ (ประ-พรึด)	繁榮
วิกฤต (วิ-กริด)	危機／衰退
วิกฤติ (วิ-กริด)	變化／差異
วิกฤติกาล (วิ-กริด)	危機時期
ยามวิกฤติ	危機時候
ภาษาสันสกฤต (-สัน-สะ-กริด)	梵文
ภาษาอังกฤษ (อัง-กริด)	英語
สุเทพ	好神仙／風流者
ปราณี	仁慈／仁愛／慈愛

注釋　หมายเหตุ

1. **เมื่อ...ก็** 相當於漢語的"當......時候......就......"，例如：
เมื่อเลิกเรียนแล้ว ผม**ก็**ไปออกกำลังกาย 當放學的時候，我就去運動。**เมื่อ**ฝนหาย เรา**ก็**ออกเดินทาง 當雨停的時候，我們就出發。

2. **ไม่...ก็** 相當於漢語的"不......就"，"不......則"，例如：
ไม่วันใด**ก็**วันหนึ่งเขาต้องมาฮ่องกง 不論哪一天就有一天他要來香港。เขา**ไม่**ปลูกข้าวโพด**ก็**จะปลูกอ้อย 他不種玉米就要種甘蔗。

3. **หวังว่า...** 相當於漢語的"希望......"，例如：
ดิฉัน**หวังว่า** เราคงได้พบกันอีก 我希望，我們後會有期。
ผม**หวังว่า** เราคงจะไปเยี่ยมเขาที่ฮ่องกงบ้าง 我希望我們可能也去香港探望他。

4. **เห็นว่า...** 動詞，認為，以為，例如：
หมอเห็นว่าคนไข้ลุกขึ้นเดินได้แล้ว 醫生認為病人可以起身行路了。
เห็นว่าน้องชายคุณจะแต่งงานหรือครับ 以為你的弟弟要結婚了是嗎？

5. **สัปดาห์** 名詞，週，星期。
每週七天是：**วันอาทิตย์** 星期天，**วันจันทร์** 星期一，
วันอังคาร 星期二，**วันพุธ** 星期三，**วันพฤหัสบดี** 星期四，
วันศุกร์ 星期五，**วันเสาร์** 星期六。
วันอะไร 星期幾？

6. **เดือน** 名詞，月；也是量詞。
泰語的月份有一定的叫法，十二個月份名稱如下：
มกราคม (ม.ค.เดือนอ้าย) 一月
กุมภาพันธ์ (ก.พ.เดือนยี่) 二月
มีนาคม (มี.ค.เดือนสาม) 三月
เมษายน (เม.ย.เดือนสี่) 四月
พฤษภาคม (พ.ค.เดือนห้า) 五月
มิถุนายน (มิ.ย.เดือนหก) 六月
กรกฎาคม (ก.ค.เดือนเจ็ด) 七月
สิงหาคม (ส.ค.เดือนแปด) 八月
กันยายน (ก.ย.เดือนเก้า) 九月
ตุลาคม (ต.ค.เดือนสิบ) 十月
พฤศจิกายน (พ.ย.เดือนสิบเอ็ด) 十一月
ธันวาคม (ธ.ค.เดือนสิบสอง) 十二月

1. ประเทศไทยมี๓ฤดู 泰國有三個季節。

2. ฤษีตนนี้มีฤทธิ์เดชมาก 這隱士有很大的神通。

3. เขาศึกษาทฤษฎีได้ดีมาก 他學習到很好的理論。

4. ความประพฤติของเขาไม่ค่อยดี 他的品行不太好。

5. เดือนพฤศจิกายนเริ่มเข้าฤดูหนาว 十一月份開始進入冬季。

6. เดือนพฤษภาคมอยู่ในระยะฤดูร้อน 五月份在夏季期間。

7. ประเทศอังกฤษเป็นประเทศมหาอำนาจ 英國是強國。

8. ยามวิกฤตเราต้องพยายามฟื้นฟูเศรษฐกิจ 危機時期我們要努力恢復經濟。

9. วันพฤหัสบดีเป็นวันฤกษ์งามยามดีของเรา 星期四是我們的良辰吉日。

10. ภาษาไทยรับเอาภาษาสันสกฤตมาใช้ไม่น้อย 泰語接受不少的梵語。

會話 สนทนา

สุเทพ ที่เมืองไทยมีกี่ฤดูครับ

素貼： 在泰國有幾個季節？

ปราณี มี๓ฤดูค่ะ

芭妮： 有三個季節。

สุเทพ อะไรบ้างครับ

素貼： 都些什麼季節？

ปราณี มีหน้าร้อน หน้าฝน แล้วก็หน้าหนาว

芭妮： 夏季、雨季以及冬季。

สุเทพ เดือนนี้ฤดูอะไรครับ

素貼： 這個月是什麼季節？

ปราณี ฤดูฝนค่ะ ฤดูฝนเริ่มราวๆเดือนพฤษภาคมถึง
เดือนตุลาคม

芭妮： 雨季，雨季開始大約五月到十月。

สุเทพ ฤดูอะไรนานที่สุดครับ

素貼： 什麼季節最長？

ปราณี ฤดูฝนสิคะ

芭妮： 雨季啊。

สุเทพ หน้าหนาวเป็นยังไงครับ หนาวมากไหมครับ

素貼： 冬季怎麼樣？很冷嗎？

ปราณี ไม่ค่อยหนาวเท่าไรหรอกค่ะ

芭妮： 不怎麼冷。

สุเทพ มีหิมะไหมครับ

素貼： 有雪嗎？

ปราณี อยากจะให้มีเหลือเกิน แต่ไม่เคยมีเลย

芭妮： 非常想有，但不曾有過。

สุเทพ แล้วหน้าร้อนล่ะครับ เป็นยังไงมั่งครับ

素貼： 那夏季呢？是怎麼的？

ปราณี หน้าร้อนรึคะ ร้อนมาก แต่ถ้าร้อนจัด ฝนก็จะตก

芭妮： 夏季嗎？很熱。但很熱就會下雨。

สุเทพ ฝนตกแล้วเย็นลงไหมครับ

素貼： 下雨涼些嗎？

ปราณี ก็ค่อยยังชั่วหน่อยค่ะ อากาศเย็นลง แต่ถนนจะแฉะ
บางทีก็น้ำท่วม ในกรุงเทพรถก็จะติดกันมาก

芭妮： 稍有好一點，天氣涼了，但道路泥濘。有時會水淹，在曼谷
就會很塞車。

換詞講新句子 เปลี่ยนศัพท์พูดประโยคใหม่

1. พรุ่งนี้เป็น..... (วันพฤหัสบดี วันศุกร์ วันเสาร์)

2. เดือนนี้เป็นเดือน...... (พฤศจิกายน พฤษภาคม
กุมภาพันธ์)

3. ยามวิกฤตกาลเราไม่ได้อยู่..... (เมืองไทย ฮ่องกง
ไต้หวัน)

4. นักเรียนประพฤติตาม..... (กฎษฎีกา ทฤษฎี
ข้อบังคับ)

5. เขาชอบอากาศในฤดู..... (ร้อน หนาว ใบไม้ร่วง
ใบไม้ผลิ)

1. จงหัดผันเสียงสระเกินให้คล่อง

2. จงอ่านคำศัพท์ วลีและประโยคให้คล่อง

3. จงอ่านคำต่อไปนี้ให้ถูกต้องและอธิบายความหมาย
   กฤษฎีกา กฤษณา ทฤษฎี มฤจฉาชีพ ฤทธิ์เดช
   คฤหาสห์ พฤกษชาติ พฤติกรรม พฤติการณ์
   พฤศจิกายน พฤษภาคม พฤหัสบดี ฤดู ฤกษ์
   ประพฤติ วิกฤตกาล

4. แต่งประโยค

   (1) ทฤษฎี   (2) ประพฤติ

   (3) พฤหัสบดี   (4) ฤกษ์ดี

5. จงขยายวลีและประโยคต่อไปนี้ให้มีเนื้อความกว้างขึ้น

   (1) ภาษาสันสกฤต..........

   (2) วันพฤหัสบดีเขามี..........

   (3) วันที่ ๑๘ พฤษภาคม..........

   (4) เขาไปเที่ยวอังกฤษมา..........

   (5) เมืองไทยมี๓ฤดูคือ..........

6. จงแปลประโยคเป็นจีน

   (1) ฤดูร้อนอากาศร้อนหน่อย

   (2) เดือนพฤศจิกายนเขาต้องไปเที่ยว

   (3) ความประพฤติของนักศึกษาดีมาก

(4) พรุ่งนี้วันพฤหัสบดีเขาต้องไปกรุงเทพ

(5) เราจะต้องปฏิบัติตามกฤษฎีกาของรัฐบาล

7. จงแปลประโยคเป็นไทย

(1) 你去過英國了嗎？

(2) 梵文比泰文更難學。

(3) 小學生的品行非常好。

(4) 泰國的雨季什麼時候開始？

(5) 十一月份在泰國是冬季的開始。

8. จงท่องบทสนทนาให้คล่อง

交通 การจราจร

กลับทางเดิม	原路返回	**ตรง**	直
ขับรถ	駕車／開車	**ตรงกลาง**	中間
ข้างใต้	底下	**ตรงข้าม**	對過
ข้างถนน	道路旁邊	**ตรงไป**	直去
ข้างล่าง	下邊／下面	**ตำรวจจราจร**	交通警察
ข้างหน้า	前面／前邊	**เติมน้ำมัน**	加油
ข้างหลัง	後邊／後面	**ถนน** 路	馬路／道路
ข้ามถนน	過馬路	**ถนนสายนี้**	這條路
ขึ้นรถ	上車	**ถอยหลัง**	後退
เข้าคิว เข้าแถว	排隊	**ทางเข้า**	入口
ค่ารถ	車費	**ทางด่วน**	高速公路
เคเบิลคาร์	纜車	**ทางเดิน**	道路／人行路
เครื่องบิน	飛機	**ทางตรง**	直路
จอดรถ	泊車／停車	**ทางตัน**	死路
จูงมือ	拖手／牽手	**ทางม้าลาย**	斑馬線
ชิดขวา	靠右	**ทางแยก**	岔路
ชิดซ้าย	靠左	**ทางเลี้ยว**	彎路
ซอย	巷	**ทางวันเวย์**	單行路
เดิน	行／走路	**ทางหลวง**	公路
เดินผ่าน	路過／路經	**ทางออก**	出路
เดินเล่น	散步	**ที่จอดรถ**	停車處

บันไดเลื่อน	手扶電梯	รถยนต์	汽車
ปากทาง	路口／街口	รถราง	電車
ป้ายรถเมล์	公共汽車站	รถลาก	人力車
ปั๊มน้ำมัน	油站	รถสลิง	吊車
แพ	竹筏	รถแอร์	冷氣車
ไฟเขียวไฟแดง	紅綠燈	เรือ	船
มุมถนน	路角	เรือกลไฟ	電船
รถกระบะ	小型卡車	เรือข้ามฝาก	渡輪
รถเก๋ง	臥車	เรือดำน้ำ	潛艇
รถเก็บขยะ	垃圾車	เรือโดยสาร	客船
รถจักยาน	自行車	เรือเมล์	客船
รถดับเพลิง	消防車	เรือยนต์	輪船
รถโดยสาร	客車	เรือเร็ว	飛翼船
รถตำรวจ	警車	ลิฟต์	電梯
รถแท็กซี่	出租汽車	เลี้ยว	轉彎
รถบัส	巴士	เลี้ยวขวา	右轉彎
รถบัส๒ชั้น	雙層巴士	เลี้ยวซ้าย	左轉彎
รถไฟ	火車	สะพาน	橋
รถปรับอากาศ	空調汽車	สะพานแขวน	吊橋
รถไฟความเร็วสูง	高速火車	สะพานลอย	天橋
รถไฟใต้ดิน	地下鐵路	สามแยก	丁字路口
รถไฟฟ้า	電氣火車	สี่แยก	十字路口
รถไฟหัวกระสุน	子彈火車	หลงทาง	迷路
รถมอร์เตอร์ไซด์	摩托車／	ห้ามจอด	禁止停車
	電單車	ห้ามแซง	禁止超車
รถมินิบัส	小巴士		

例外的讀音　การออกเสียงพิเศษ

泰語的拼合方法我們已經學習了開音節的拼讀方法，閉音節的拼讀方法，各種前引字的拼讀方法，"ร"和"รร"的特殊拼讀方法，各種不用發音的拼讀方法。除了那些有規律的讀音以外尚有比較特殊的讀音，這種流行的讀音方法，有輔音方面，也有元音方面。

在輔音方面，這種特殊的讀音多為轉化詞。我們學過前引字，即是前引的低輔音要按照高輔音來讀音，這種特殊讀音都不是前引字，與前引字沒有什麼相似之處，但要按照前引字來讀音，即是說低輔音要按照高輔音來發音。這樣的讀音是為了聲音更優美更動聽，例如：

กระลด (讀音　กระ-หลด)　華蓋／暈／冕暈圈

กำราบ (讀音　กำ-หราบ)　放肆／囂張／惡化／厲害

กิเลส (讀音　กิ-เหลด)　煩惱／慾望

ดำริ (讀音　ดำ-หริ)　想 考慮／打算

ตำรวจ (讀音　ตำ-หรวจ)　警察

บุรุษ (讀音　บุ-หรุด)　男人／雄／人稱

ประมาท (讀音　ประ-หมาด)　疏忽／大意／輕視／蔑視

ประวัติ (讀音　ประ-หวัด)　歷史／履歷／傳記

ยุโรป (讀音　ยุ-โหรบ)　歐洲

สำเร็จ (讀音　สำ-เหร็ด　完成／完畢／成功／實現

อดิเรก (讀音 อะ-ดิ-เหรก)　業餘／業餘消遣

在元音方面，我們學過特殊元音，即是：-ำ ใ- ไ- เ-า，這些特殊元音是短元音，但有時候要發長元音；有時長元音也要發短元音，這種流行的讀音，也是爲了語言更加優美動聽，例如：

เจ้า (讀作長音 จ้าว)　帝王／親王／長官／領袖／上帝／神／你／他

เช้า (讀作長音 ช้าว)　早／早上／上午

ใช้ (讀作長音 ช้าย)　用／使／使用／實施／頒佈／償付／償還

ได้ (讀作長音 ด้าย)　得／得到／獲得／取得／來臨／能夠／贏

ท่าน (讀作短音 ทั่น)　您／先生／閣下／大人／老爺／長官／禪師

เท้า (讀作長音 ท้าว)　腳／足／腿／頭／頭頭／會頭

น้ำ (讀作長音 น้าม)　水／汁／湯／液體／流質／光澤／陣子

เปล่า (讀作長音 ปล่าว)　空／白／光／赤／無／沒有／免費／無償

ไม้ (讀作長音 ม้าย)　樹／樹木／木頭／木料／花招／匹／串／符號

อ้าย (讀作長音 ไอ้)　阿／元／正

詞語 คำศัพท์　ⓐ

กระลด (กระ-หลด)	華蓋／暈圈
กระลบ (กระ-หลบ)	覆蓋／彌漫
กระลอก (กระ-หลอก)	轉／滾動
กระลัด (กระ-หลัด)	堅強／強有力
กระลับ (กระ-หลับ)	反覆／翻轉
กำเนิด (กำ-เหนิด)	出身／起源
กำราบ (กำ-หราบ)	制服／降服
กิเลส (กิ-เหลด)	煩惱／慾望

กิเลสกาม	煩惱／慾望
กิเลสมาร	煩惱魔
จำรัส (จำ-หรัด)	光明／昌盛
ดำรัส (ดำ-หรัด)	言／開言
ดำริ (ดำ-หริ)	想／考慮／打算
ดิลก (ดิ-หลก)	額上紅點／至上
ตำรวจ (ตำ-หรวจ)	警察
ตำรวจจราจร	交通警察
ตำรับ (ตำ-หรับ)	公式／法典
ตำรับตำรา	經典／典籍／書本
บัญญัติ (บัน-หยัด)	規章／制定
รัฐบัญญัติ	條例
บุรุษ (บุ-หรุด)	男人／雄／人稱
บุรุษชน	大眾／民眾
บุรุษไปรษณีย์	郵差
บุรุษพยาบาล	男護士
บุรุษสรรพนาม	人稱代詞
บรรพบุรุษ	祖先／祖宗
วีรบุรุษ	英雄
สุภาพบุรุษ	紳士／君子／有教養人
ประมาท (ประ-หมาด)	忽視／輕視
ประมาทเลินเล่อ	疏忽／忽略
ประมาทหน้า	輕視／看不起
หมิ่นประมาท	蔑視／藐視／侮辱
ประโยค (ประ-โหยก)	句子

ประโยชน์ (ประ-โหยด)	利益／好處
ประวัติ (ประ-หวัด)	歷史／履歷
ประวัติการณ์	歷史／記錄
ประวัติกาล	有史時代
ประวัติวรรณคดี (-วัน-นะ-คะ-)	文學史
ประวัติศาสตร์ (-หวัด-ติ-)	歷史學
ประวัติศาสตร์ซ้ำรอย	歷史重演
ประวัติศาสตร์ยุโรป	歐洲歷史
สำรวจ (สำ-หรวด)	調查／考察
สำรวจตรวจตรา	考查／調查
สำเร็จ (สำ-เหร็ด)	完成／畢業／達到
สำเร็จโทษ	正法／處決
สำเร็จราชการ	攝行政務
สำเร็จรูป	現成
อดิเรก (อะ-ดิ-เหรก)	業餘／消遣
อำมาตย์ (อำ-หมาด)	官員／朝臣
อุปราช (อุ-ปะ-หราด)	總督／宰相

注釋　**หมายเหตุ**

1. **สู้....ไม่ได้** 相當於漢語的"不如……"、"比不上……"，例如：
การเรียนภาษาไทยของผมสู้เขาไม่ได้ 我的泰語學習比不
上他。
เสื้อตัวนี้สู้ตัวนั้นไม่ได้ 這件衣服不如那件。

2. **...ยังไม่ทัน...ก็** 相當於漢語的"還沒有……就……"，例如：
ฟ้ายังไม่ทันสาง ชาวนาก็ไปทำนาแล้ว 天還沒亮，農民就

去種田了。

ผม<u>ยังไม่ทัน</u>พูด เขาก็บอกว่าเข้าใจ 我還沒來得及説，他就
告訴説明白。

3. **ก็จริง แต่....**相當於漢語的"即事實，但……"，例如：

เขาเป็นเด็กอยู่ก็จริง แต่มีความสามารถมาก 他是個小
孩即事實，但有很大的本事。

เขาเรียนภาษาไทยมานานก็จริง แต่ยังไม่เก่ง 他學了泰
語很長時間是事實，但還未夠棒。

4. **ขี้** 用作前綴詞 (คำอุปสรรค)，表示愛好、嗜好，例如：

ขี้เกียจ 懶惰	**ขี้**โกง 欺騙	**ขี้**ขลาด 膽小
ขี้บ่น 嘮叨	**ขี้**ลืม 健忘	**ขี้**ยา 煙鬼
ขี้เมา 酒鬼	**ขี้**โรค 多病	**ขี้**เล่น 愛玩
ขี้สงสัย 多疑	**ขี้**หึง 愛吃醋	**ขี้**อิจฉา 愛嫉妒。

5. **คำที่ใช้ถาม** 用作疑問的詞語有很多，歸納起來經常用的，例如：

กี่ 幾，多少，若干？如：**กี่ครั้ง กี่เดือน กี่โมง**

ใคร 誰，哪個人？如：**ใครมา ใครพูด ใครเป็นอาจารย์**

ใช่ไหม 是嗎？如：คนไทย**ใช่ไหม** พูดเป็น**ใช่ไหม**

ใด 什麼，哪個？如：สิ่ง**ใด** เรื่อง**ใด**เหตุ**ใด**

ได้ไหม 可以嗎？如：ไปด้วย**ได้ไหม** เรียนที่ ปักกิ่ง
ได้ไหม

ทำไม 為什麼？如：**ทำไม**ไม่มา **ทำไม**มาสาย มา**ทำไม**

ที่ไหน 哪裡？如：**ที่ไหน**มีขาย **ที่ไหน**ให้เช่า อยู่**ที่ไหน**

เท่าไร 多少？如：ราคา**เท่าไร** ซื้อ**เท่าไร** ใช้เวลา**เท่าไร**

เมื่อไร 幾時？如：**เมื่อไร**มี **เมื่อไร**มา ไปกรุงเทพ**เมื่อไร**

แล้วหรือยัง 了嗎？如：ทานข้าว**แล้วหรือยัง** ไป**แล้วหรือยัง**

หรือเปล่า 有沒有 ? 如 : ทำงาน**หรือเปล่า** นอน**หรือเปล่า**
ไหน 哪裡 ? 如 : ไป**ไหน** เรื่อง**ไหน** เวลา**ไหน**
ไหม 嗎 ? 如 : ไป**ไหม** มีธุระ**ไหม** จะเอาไปให้เขา**ไหม**
อย่างไร 怎麼樣? 如 : เอา**อย่างไร** มา**อย่างไร** ได้**อย่างไร**
อะไร 什麼? 如 : มีวิชา**อะไร** ทำงาน**อะไร** เดือน**อะไร**

有關短語和句子　วลีและประโยคที่เกี่ยวข้อง　◎

1. ตำรวจรักษาการจราจร　警察維護交通。

2. ท่านเป็นสุภาพบุรุษที่น่าเคารพ　他是一個值得尊敬的紳士。

3. ประเทศไทยเป็นถิ่นกำเนิดของเขา　泰國是他的出生地。

4. ใครว่าเรียนภาษาไทยไม่มีประโยชน์　誰說學泰語沒有用？

5. เวลาข้ามถนนเราจะประมาทไม่ได้เลย　過馬路時一點也不能疏忽。

6. ประวัติศาสตร์ไทยเราต้องเรียนรู้กันบ้าง　泰國歷史我們要學會一些。

7. รัฐบาลไทยได้บัญญัติกฎจราจรใหม่อีกแล้ว　泰國政府已經制定新的交通法規。

8. ในภาษาไทยใช้ภาษาสันสกฤตไม่น้อยเลย　在泰語裡用不少的梵文。

9. รูปประโยคภาษาไทยต่างกับภาษาจีนเล็กน้อย　泰語的句型有些不同於漢語。

10. เราจะต้องพยายามเรียนภาษาไทยให้สำเร็จจนได้

我們要努力學泰語直至畢業。

會話 สนทนา 🔊

วีณา ในเมืองไทย ภาคไหนสบายดีที่สุดคะ

維娜： 在泰國，哪個地方最舒服？

มาลี ดิฉันว่าภาคเหนือค่ะ

瑪麗： 我說北部。

วีณา ทำไมล่ะคะ

維娜： 為什麼呢？

มาลี เพราะว่าภาคเหนือมีภูเขา แม่น้ำ

瑪麗： 因為北部有山脈、河流。

วีณา มันมีประโยชน์ยังไงคะ

維娜： 它有什麼好處呢？

มาลี มันช่วยทำให้อากาศเย็นสบายค่ะ

瑪麗： 它幫助使得天氣涼爽舒適。

วีณา ได้ยินว่าภาคตะวันออกเฉียงเหนือแห้งแล้งมาก
จริงรึคะ

維娜： 聽說東北部非常乾旱，是嗎？

มาลี จริงค่ะ เพราะว่าเป็นที่ราบสูง มีน้ำไม่พอใช้

瑪麗： 真的，因為是高原，水不夠用。

วีณา ภาคกลางล่ะคะ ร้อนไหม

維娜： 中部呢？熱嗎？

มาลี ภาคกลางก็นับว่าค่อนข้างร้อนค่ะ

瑪麗： 中部也算作比較熱的。

วีณา อ้าว ฝนไม่ตกหรือคะ

維娜： 啊，不下雨嗎？

มาลี ตกค่ะ แล้วก็น้ำท่วมบ่อยๆด้วย

瑪麗： 下雨，而且經常也水泛濫。

วีณา ภาคตะวันตกต่างกันกับภาคตะวันออกไหมคะ

維娜： 西部和東部有區別嗎？

มาลี ไม่ต่างกันเท่าไรหรอกค่ะ ทั้งสองภาคก็ร้อนเหมือนๆกัน

瑪麗： 沒有什麼多大區別，兩部都熱。

วีณา ภาคใต้มีกี่ฤดูคะ

維娜： 南部有幾個季節？

มาลี มี๒ฤดูค่ะ มีหน้าฝนกะหน้าแล้ง ความจริง
อากาศในเมืองไทยไม่ต่างกันมากตลอดปี

瑪麗： 有兩個季節，有雨季和旱季，事實上泰國的天氣成年都沒有
多大的區別。

換詞講新句子 เปลี่ยนศัพท์พูดประโยคใหม่

1. รัฐบาลได้บัญญัติ......... (กฎหมาย กฎจราจร
กฤษฎีกา)

2. เขาเป็น......... (บุรุษไปรษณีย์ บุรุษพยาบาล
สุภาพบุรุษ)

3. เขาเรียนสำเร็จมาจาก......... (ประเทศจีน ประเทศ

อังกฤษ)

4. เวลาขับรถเขาไม่ประมาท...... (เลินเล่อ เผอเรอ)

5. เขาเคยเป็นตำรวจ......... (จราจร น้ำ ภูธร
สันติบาล)

1. จงหัดผันเสียงการออกเสียงพิเศษให้คล่อง

2. จงอ่านคำศัพท์ วลีและประโยคให้คล่อง

3. จงอ่านคำต่อไปนี้ให้ถูกต้องและอธิบายความหมาย
กระลด กำเนิด กำราบ กิเลส ดำรัส ดำริ ตำรวจ
ตำรับ บัญญัติ บุรุษ วีรบุรุษ บุรุษสรรพนาม
ประโยคประโยชน์ ยุโรป ประมาท ประวัติ สำรวจ
สำเร็จ

4. แต่งประโยค

(1) ตำรวจ   (2) บุรุษ

(3) ประโยชน์   (4) ประมาท

5. จงขยายวลีต่อไปนี้ให้มีความหมายกว้างขึ้น

(1) ตำรวจจราจรรักษา..........

(2) รัฐบาลได้บัญญัติ...........

(3) สมัยบรรพบุรุษมี..........

(4) ถิ่นกำเนิดของพระเจ้าตาก..........

(5) เขาไปตรวจราชการที่..........

6. จงแปลประโยคเป็นจีน

(1) อังกฤษตั้งอยู่ในทวีปยุโรป

(2) เขาเรียนสำเร็จมาจากต่างประเทศ

(3) ท่านเป็นสุภาพบุรุษที่น่านับถือมาก

(4) พระเจ้าตากสินเป็นวีระบุรุษของไทย

(5) เขาจะต้องไปสำรวจงานในสาขาต่างประเทศ

7. จงแปลประโยคเป็นไทย

(1) 開汽車時不能疏忽。

(2) 他是泰國有名的紳士。

(3) 泰國有很多民族英雄。

(4) 交通警察正在緊張地工作。

(5) 多吃水果對身體很有益處。

8. จงท่องบทสนทนาให้คล่อง

知多一點點......

職業 อาชีพ

พระเจ้าแผ่นดิน 國王	**เสมียน** 文書／書記員
ในหลวง 皇上	**ข้าราชการ** 公務員
พระราชินี 皇后	**ข้าหลวง** 專員／總督／使臣
นายกรัฐมนตรี 總理	**คนงาน** 工人
รัฐมนตรี 部長	**คนรถ** 司機
อธิบดี 廳長／總監／院長	**เจ้าหน้าที่** 工作人員／職員
ผู้ว่าราชการจังหวัด 府尹	**ช่าง** 工匠
นายอำเภอ 縣長	**ช่างถ่ายรูป** 攝影師
ประธาน 主席	**ช่างไม้** 木匠
ประธานกรรมการ 董事長	**ชาวนา** 農民
ประธานบริษัท 社長	**ชาวประมง** 漁民
ประธานสภา 議會議長	**ชาวไร่** 種旱地農民
ประธานศาลฎีกา 最高法院院長	**ชาวสวน** 園丁
ประธานาธิบดี 總統	**ตำรวจ** 警察
นายกสมาคม 會長	**ทหาร** 軍人
กรรมกร 工人	**นักกฎหมาย** 法學家
กรรมการ 委員	**นักการทหาร** 軍事家
สมาชิก 成員／會員／委員	**นักการทูต** 外交家
กรรมการผู้จัดการ 董事經理	**นักการเมือง** 政治家
กรรมการผู้จัดการใหญ่ 總經理	**นักกีฬา** 運動員
เกษตรกร 農工	**นักข่าว** 記者

นักเขียน 作家	ผู้กำกับการ 指揮官／指揮／指導
นักเคมี 化學家	ผู้กำกับการแสดง 導演
นักดนตรี 音樂家	ผู้จัดการ 經理
นักเดินเรือ 航海家	ผู้จัดการใหญ่ 總經理
นักท่องเที่ยว 旅行家／旅客	ผู้เชี่ยวชาญ 專家
นักโทษ 犯人	ผู้ดี 貴族／紳士／君子
นักธรณีวิทยา 地質學家	ผู้บัญชาการ 指揮官／司令官
นักธรรม 法師	ผู้ปฏิบัติงาน 工作人員／職工
นักธุรกิจ 商人／實業家	ผู้พิพากษา 審判官
นักบวช 出家人／牧師	ผู้สำเร็จราชการ 攝政王
นักบุญ 慈善家	ผู้อำนวยการ 負責人／院長
นักประดิฐ 發明家	พนักงาน 職員
นักประพันธ์ 作家	แพทย์ 醫生
นักปรัชญา 哲學家	แพทย์กุมาร 兒科醫生
นักปราชญ์ 哲士	แพทย์ผดุงครรภ์ 產科醫生
นักมวย 拳擊家	แพทย์รีเวช 婦科醫生
นักร้อง 歌手／歌唱家	ทันตแพทย์ 眼科醫生
นักเรียน 學生	ลูกค้า 顧客
นักวิจารณ์ 批評家／評論家	ลูกเสือ 童子軍
นักวิทยาศาสตร์ 科學家	เลขาธิการ 祕書長／總書記
นักศึกษา 大學生	สมาชิก 成員會員／委員
นักแสดง 表演家／演員	เสมียน 文書／書記員
นางพยาบาล 護士	อาจารย์ 教師／老師
นายช่าง 技師	

標點符號的使用 การใช้เครื่องหมายวรรคตอน

泰語的標點符號叫做 **เครื่องหมายวรรคตอน**，泰語裡的標點符號同英語、漢語相似，但在泰語的行文裡不用句讀，用隔離表示一句話的完結或者一個小段落的完結。句子與句子的距離留空約一個字的空位，段與段的距離留空約兩個字的空位。泰語裡常用的標點符號有：

標點符號 รูปเครื่องหมาย		名稱 ชื่อเรียก	
1.	，	จุลภาค (ส่วนน้อย)	逗號
2.	;	อัฒภาค (กึ่งส่วน)	分號
3.	·	มหัพภาค (ส่วนใหญ่)	句號
4.	?	ปรัศนี (คำถาม)	問號
5.	!	อัศเจรีย์ (บอกอัศจรรย์)	感嘆號
6.	(…)	นขลิขิต (วงเล็บ)	括號
7.	"…"	อัญประกาศ (บอกความอื่น)	引號
8.	-	ยัตติภังค์ (แยกคำ)	連字號
9.	=	เสมอภาค (ส่วนเสมอกัน)	等號
10.	_	สัญประกาศ (ส่วนสำคัญ)	重點號
11.	,,	บุพสัญญา (บอกเหมือนบน)	重複號
12.	/	ทับ (เส้นทับ)	斜隔號

13.	°	องศา	度
14.	,	ลิปดา	分
15.	"	พิลิปดา	秒
16.	......	เส้นไข่ปลา (เส้นปรุ)	虛線

以上所提到的標點符號，經常會在文章中看到。前面我們已經學習了好幾種符號：四個聲調符號即 " ่ ้ ๊ ๋ "；寫在上方的短音符號 " ั "；短音符號 " ็ "；不發音符號 " ์ " 等等。

現在我們再學三種特殊的符號：

小省略符號 ไปยาลน้อย " ฯ "

加在某個詞語的後面，表示該詞語是簡略的寫法，通常是比較熟悉的詞語，例如：

◎ ข้าฯ   อ่านว่า ข้าพเจ้า (我－正式場合用，多用於書面語言)

นายกฯ   อ่านว่า นายกรัฐมนตรี (國務院總理)

ฯพณฯ   อ่านว่า พะณะท่าน พะณะหัวเจ้าท่าน (閣下)

กรุงเทพฯ   อ่านว่า กรุงเทพมหานคร (曼谷)

วันพฤหัสฯ อ่านว่า อ่านว่า วันพฤหัสบด (星期四)

ทูลเกล้าฯ   อ่านว่า ทูลเกล้าน้อมกระหม่อม (向王族稟告)

โปรดเกล้าฯ อ่านว่า โปรดเกล้าโปรดกระหม่อม (王恩賜)

大省略符號 ไปยาลใหญ่ " ฯลฯ "

加在句子的後面，表示後面還有內容省略去，可以不讀，也可以讀作 ละ 或 และอื่นๆ，例如：

◎ ในกล่องมีปากกา ดินสอ ไม้บันทัด วงเวียน ฯลฯ
ในสวนมีกล้วย มะละกอ มะม่วง มังคุด ทุเรียน ฯลฯ

เครื่องจักสานไทยมีตะกร้า กระจาด กระบุง กระด้ง ฯลฯ
ในสวนมีสัตว์ต่างๆเช่นนก กระต่าย กวาง ไก่งวง ฯลฯ

疊音符號 ไม้ยมก " ๆ"

加在某個詞語、詞組和句子的後面，表示要重複地讀音，例如：

ดีๆ	อ่านว่า	ดีดี
เด็กๆ	อ่านว่า	เด็กเด็ก
เล็กๆ	อ่านว่า	เล็กเล็ก
เพื่อนๆ	อ่านว่า	เพื่อนเพื่อน
ไวๆ	อ่านว่า	ไวไว
บ่อยๆ	อ่านว่า	บ่อยบ่อย
เด็กเล็กๆ	อ่านว่า	เด็กเล็กๆ
เดินเร็วๆ	อ่านว่า	เดินเล็วๆ
แต่ละวันๆ	อ่านว่า	แต่ละวันแต่ละวัน
ในวันหนึ่งๆ	อ่านว่า	ในวันหนึ่งวันหนึ่ง
พ่อแม่แก่ลงๆ	ทุกวัน	อ่านว่า

พ่อแม่แก่ลงแก่ลงทุกวัน

ฉันสอบได้แล้วๆ อ่านว่า

ฉันสอบได้แล้วฉันสอบได้แล้ว

詞語 คำศัพท์

ชื่อเสียง	名聲／聲譽／名譽
แพร่หลาย	普遍／普及／流行
คุ้นเคย	熟悉／熟識／親密
ต้มยำกุ้ง	蔭公湯（酸辣湯）
ส้มตำ	涼拌木瓜絲

ยำ	涼拌
แกงเขียวหวาน	青咖喱
คอหมูย่าง	燒豬頸肉
ผัดไทย	金邊炒粉
ค่อนข้าง	比較／相當／頗
เครื่องเทศ	香料
แก่	老／年邁／深／濃烈／強烈
ส่วนผสม	比率／配製比率
กระเทียม	蒜頭
มะนาว	酸檸檬
ตะไคร้	香茅
ขิง	薑
ข่า	良薑／黃薑
ใบมะกรูด	苦橙葉
ใบโหระพา	金不換葉
ใบผักชี	芫荽
สะระแหน่	薄荷
น้ำปลา	魚露
น้ำมะขาม	酸豆子
พริกไทย	胡椒
ถั่วลิสง	花生
อาหารหลัก	主食
ซุป	湯
ความแตกต่าง	差異／分歧／差別
ดัดแปลง	改變／改造／改編

รสนิยม	趣味／情趣／喜愛
โก้ๆ	好看的／裝裝樣子的
หัวเราะ	笑
แต่งตัว	打扮／梳裝打扮
เรียบๆ	樸素／平實
ทิ้งๆขว้างๆ	隨便糟蹋食物
ใช้ชีวิต	生活
ง่ายๆ	簡單／通俗／樸素／輕易
อยู่เปล่าๆ	空閒着
ฝนตกหยิมๆ	毛毛細雨
กลางแจ้ง	戶外／室外／露天
ลวกๆ	草率／潦草／粗枝大葉
หอพิพิธภัณฑ์	博物館
สิ่งแปลกๆ	奇怪／奇特／古怪
ต่างๆนานา	形形式式／各種各樣
เพื่อนๆ	朋友們
เบาๆ	輕輕／輕聲／低聲
ลมๆแล้งๆ	空洞／虛幻
นั่งเฉยๆ	靜靜坐
น้ำเย็นๆ	涼涼水
เดินเร็วๆ	快快走
ผลไม้ต่างๆ	各種水果
ฟังดีๆ	好好聽
พูดดังๆ	大聲講
ทุกวันๆ	每一天

ปีหนึ่งๆ	每一年
ค่อยๆคิด	慢慢想
ราวๆเที่ยง	大約中午
ทุกๆวัน	每天
เร็วๆนี้	最近
นานา	種種／各種各樣
แล้วแล้ว	以往／往昔

注釋　หมายเหตุ

1. **ไหนๆก็** 相當於漢語的"既然......是......"，例如：
ไหนๆก็เรียนภาษาไทยแล้ว ควรเรียนให้จบ 既然已經
學泰語了，應該學到完完畢。
ไหนๆก็มาถึงกรุงเทพฯแล้วอยู่อีกสองวันเถอะ 既然都來
到曼谷了再住多兩天吧。

2. **ใหม่ๆ** 形容詞，很新，新近，剛剛，例如：
ผมเพิ่งเข้ามาทำงานที่นี่**ใหม่ๆ** ยังไม่ค่อยรู้อะไร 我剛剛
到這裡來工作，還不怎麼知道什麼事情。
คุณเพิ่งเริ่มขับรถ**ใหม่ๆ**อาจไม่รู้สึกกลัว 你剛剛開始駕車
可能感到害怕。

3. **จริงๆแล้ว** 相當於漢語的"事實上"意思，例如：
อาจารย์ดูท่าทางดุแต่**จริงๆแล้ว**เป็นคนใจดี 老師看樣子
兇，但事實上是個脾氣好的人。
จริงๆแล้วผมอยากแต่งงาน แต่ยังไม่เจอคนที่ถูกใจ 事
實上我想結婚，但還沒遇到合意的人。

4. **ทั้งๆที่** 相當於漢語的"雖然"、"盡管"，例如：

ทั้งๆที่เขาไม่สบาย เขาก็ยังไปโรงเรียน 儘管他不舒服，他也還要上學。

เขาไปตลาด**ทั้งๆที่**ฝนกำลังตกหนัก 他去菜市，儘管大雨正在下。

5. **เรื่อยๆ** 副詞，不斷，始終；正常，不好不壞，例如：

เขาพูดอยู่**เรื่อยๆ**ว่าภาษาไทยยาก 他不斷地講泰語難。

เดินลงมา**เรื่อยๆ**โรงพยาบาลจะอยู่ซ้ายมือ 不斷地走下來醫院會在左手邊。

6. **ประโยคส่วนเดียวและประโยคสองส่วน** 單部句和雙部句

單部句（**ประโยคส่วนเดียว**）即是獨詞句，無主句或者主語被省略的句子，例如：

ไป! 去!   ใคร? 誰?

แหม! 唉呀!   ไชโย! 歡呼!

สวยจริงๆ! 真美!   เล่นคอมพิวเตอร์! 打電腦!

คุณเหรอ? 你嗎?   เพื่อนคนไหน? 哪個朋友?

雙部句（**ประโยคสองส่วน**）即是單句（**ประโยคความเดียว**），就是有主語（**ประธาน**）和謂語（**กริยา**）的句子，例如：

นก**บิน** 鳥飛。

ปลา**ว่ายน้ำ** 魚游水。

คน**เดิน**ที่ถนน 人在路上走。

เด็ก**อ่าน**หนังสือ 小孩讀書。

เขา**เป็น**นักเรียน 他是學生。

ทองกำลัง**ขึ้น**ราคา 黃金正在漲價。

นักเรียน**ทำ**การบ้าน 學生做功課。

นักศึกษา**เรียน**ภาษาไทย 大學生學習泰語。

有關短語和句子 วลีและประโยคที่เกี่ยวข้อง

1. เขาพูดเล่นโก้ๆเท่านั้น 他只是講着裝樣子。

2. น้องชายอยู่ดีๆก็หัวเราะได้ 弟弟好好的也可以笑。

3. นิสัยกินอย่างทิ้งๆขว้างๆไม่ดี 糟蹋食物的習性不好。

4. เวลานี้อยู่เปล่าๆไม่มีอะไรทำเลย 現在空閒着沒有什麼事情做。

5. หล่อนแต่งตัวไปงานอย่างเรียบๆ 她打扮樸素地赴盛會。

6. ไม่ว่าจะทำอะไรทำอย่างลวกๆไม่ได้ 不論要做什麼不能草率做。

7. อาจารย์ใช้ชีวิตอยู่ที่ฮ่องกงอย่างง่ายๆ 老師在香港樸素地生活。

8. ฝนตกหยิมๆเขาต้องทำงานกลางแจ้ง 毛毛細雨他要在露天工作。

9. นักศึกษาแสดงความคิดเห็นกันต่างๆนานา 大學生表示各種各樣的思想。

10. ในหอพิพิธภัณฑ์มีสิ่งแปลกๆหลายอย่างให้ชม 在博物館有各種奇異的東西給觀看。

อาหารไทยมีชื่อเสียงแพร่หลายทั่วโลก ชาวฮ่องกงชอบทานอาหารไทยมาก อาหารไทยที่มีชื่อเสียงและชาวฮ่องกงคุ้นเคยเช่น ต้มยำกุ้ง ข่าต้มไก่ ส้มตำ ยำต่างๆ แกงเขียวหวาน คอหมูย่าง ผัดไทย อาหารไทยค่อนข้างจะมีรสเผ็ดและแก่เครื่องเทศ ส่วนผสมของอาหารไทยที่ทำให้อร่อย เช่น ขิง พริก พริกไทย ตะไคร้ กระเทียม มะนาว ใบมะ-กรูด ใบผักชี ใบโหระพา ข่า สะระแหน่ น้ำปลา น้ำมะขาม ถั่วลิสง กะปิ กะทิ เป็นต้น เนื่องจากข้าวเป็นอาหารหลักในประเทศไทย ดังนั้นอาหารทุกๆมื้อก็จะมีข้าวรับประทานไปพร้อมๆกับ ซุป แกง ผักต้ม และน้ำพริก ความจริงแล้ว อาหารไทยมีความแตกต่างกันออกไปแต่ละภาค เพราะว่ารสชาติอาหารไทยดัดแปลงให้เหมาะกับรสนิยมของแต่ละคนได้

泰國餐聲名傳遍世界，香港人喜歡吃泰國餐。有名的泰國餐和香港人熟悉的，例如：冬蔭公湯、雞煮良薑椰子湯、各種涼拌、青咖喱、燒豬頸肉、金邊炒粉。泰國餐比較辛辣和較強的香料，泰國餐的成份能使它的味道更好吃，例如：薑、辣椒、胡椒、香茅、蒜頭、酸檸檬、苦橙葉、芫荽、金不換葉、良薑、薄荷、魚露、酸豆子汁、花生、蝦醬、椰漿等等。由於米飯是泰國的主食，因此每一餐的菜要和米飯一起吃的湯、辣湯、灼菜和辣椒醬。事實上，泰國餐每一地區都有些區別，因為泰國餐的味道可以改變使之適合於每個人的口味。

1. ทุกวันนี้มีคนขึ้นๆลงๆกันที่..... (ท่าน้ำ ท่าเรือ ท่าอากาศยาน)

2. เขาเคยผ่านชีวิตอย่างลุ่มๆดอนๆมา..... (หลายครั้ง หลายหน)

3. ทำงานอย่างลวกๆไม่..... (สมควร ถูกต้อง มีประโยชน์)

4. เรื่องที่แล้วแล้วมาเราไม่ต้อง..... (สนใจ พูดอีก)

5. เวลาลมเย็นพัดมาเบาๆรู้สึก..... (เย็นสบาย ชื่นใจ)

練習 แบบฝึกหัด

1. จงหัดอ่านเครื่องหมายต่างๆให้คล่อง

2. จงอ่านคำศัพท์ วลีและประโยคให้คล่อง

3. จงอ่านคำต่อไปนี้ให้ถูกต้องและอธิบายความหมาย
   แพร่หลาย คุ้นเคย ต้มยำกุ้ง ผัดไทย เครื่องเทศ
   ยำ ส่วนผสม กระเทียม ตะไคร้ ใบมะกรูด
   ใบโหระพา ขิงมะขาม ถั่วลิสง อาหารหลัก
   ดัดแปลง รสนิยม

4. แต่งประโยค

   (1) ใช้ชีวิต   (2) เรื่อยๆ

   (3) คุ้นเคย   (4) เร็วๆนี้

5. จงขยายวลีและประโยคต่อไปนี้ให้มีเนื้อความกว้าวขึ้น

(1) เมื่อเร็วๆนี้เขา..........

(2) เขาไปเที่ยวเมืองไทย..........

(3) ในร้านค้ามีของใช้ต่างๆ..........

(4) เขาชอบพูดลมๆแล้งๆ............

(5) ฝนตกหยิมๆทุกวันๆ.............

6. จงแปลประโยคเป็นไทย

(1) 星期四要去曼谷。

(2) 曼谷是泰國的首都。

(3) 她喜歡平實地打扮。

(4) 他閒着沒有什麼做。

(5) 他經常出出進進曼谷機場。

7. จงแปลประโยคเป็นจีน

(1) เขาไปเที่ยวกับเพื่อนๆ

(2) ฝนตกทุกวันๆไปไหนไม่ได้

(3) เขามาอยู่เมืองไทยราวๆปีแล้ว

(4) ในชนบทตอนเย็นลมพัดมาเบาๆ

(5) เด็กๆทานอาหารเผ็ดๆไม่ได้หรอก

8. จงท่องเรื่องเล่าให้คล่อง

蔬菜和水果 ผักและผลไม้

กระเทียม 蒜頭	**ผักกาดแก้ว** 西生菜
ข้าวโพด 玉米／玉蜀黍	**ผักขาดขาว** 白菜
ข่า 良薑／黃薑	**ผักกาดเขียวปลี** 芥菜
ขิง 薑	**ผักกาดราวหางหงส์** 白菜(紹菜)
ดอกกระหล่ำปลี 菜花	**ผักกาดหอม** 生菜
ดอกบล็อกโคลี่ 芥蘭花	**ผักกุยช้าย** 韭菜
ตะไคร้ 香茅	**ผักโขม** 莧菜
แตงกวา 青瓜	**ผักคะน้า** 芥蘭
แตงร้าน 黃瓜	**ผักคื่นช่าย** 芹菜
ถั่วงอก 豆芽	**ผักชี** 芫荽
ถั่วฝักยาว 豆角	**ผักบุ้ง** 通心菜
ถั่วลันเตา 荷蘭豆	**ผักปวยเล้ง** 菠菜
น้ำเต้า 葫蘆瓜	**เผือก** 芋頭
บวบหอม 絲瓜	**พริก** 辣椒
บวบเหลี่ยม 角瓜	**ฟักเขียว** 冬瓜
ใบมะกรูด 苦橙葉	**ฟักทอง** 南瓜
ใบสะระแหน่ 薄荷	**แฟงเขียว** 節瓜
ใบโหระพา 金不換葉	**มะเขือ** 茄子
ผักกวางตุ้ง 菜心	**มะเขือขาว** 白茄子

มะเขือเทศ 西紅柿／番茄	แตงโม 西瓜
มะเขือพวง 水茄	แตงฮามี 哈密瓜
มะเขือยาว 長茄子／矮瓜	ทับทิม 石榴
มะนาว 酸檸檬	ทุเรียน 榴槤
มะระ 苦瓜	น้อยหน่า 番荔枝
มันเทศ 甘薯／白薯／蕃薯	ฝรั่ง 番石榴
มันฝรั่ง 馬鈴薯／土豆	พุทรา 棗子
หน่อไม้ 竹筍	มะขาม 羅望子／酸子
หน่อไม้ฝรั่ง 蘆筍	มะเดื่อ 無花果
หัวไชเท้า 蘿蔔	มะนาว 酸檸檬
หัวหอมแดง 紅蔥頭	มะปราง 波漆(似枇杷)
เห็ดฟาง 草菇	มะพร้าว 椰子
เห็ดหอม 香菰	มะเฟือง 楊桃
เห็ดหูหนูขาว 白木耳	มะไฟ 木奶果
เห็ดหูหนูดำ 木耳	มะม่วง 芒果
กล้วย 蕉	มะยม 青梅
แก้วมังกร 火龍果	มะละกอ 木瓜
ขนุน 波羅蜜	มังคุด 山竹
แคนตาลู้ป 甜瓜	มันแกว 涼薯／蕃薯／沙葛
เงาะ 紅毛丹	ลองกอง 榔色木
ชมพู่ 蒲桃	ละมุด 人心果
เชอร์รี่ 櫻桃	ลางสาด 榔色果(似枇杷)
แตงไทย 甜瓜／香瓜	ลำไย 龍眼

ลิ้นจี่ 荔枝
ลูกท้อ 桃子
ลูกพลับ 柿子
ลูกแพร์ 雪梨／梨子
ส้มเขียวหวาน 柑
ส้มจีน 中國柑
ส้มเช้ง 橙

ส้มโอ 柚子
สะตอเบอรี่ 草莓
สับปะรด 菠蘿／鳳梨
สาลี่ 梨子
องุ่น 葡萄
อ้อย 甘蔗
แอปเปิ้ล 蘋果

第十二課　數字和量詞
บทที่ ๑๒　ตัวเลขและลักษณะนาม

數字　ตัวเลข

泰語的各種讀音我們已經基本上掌握了，泰語的各種標點符號也學習了，這裡我們再學泰語的數目字和量詞的運用。泰語的數字與阿拉伯數字 (**เลขอารบิค** 也叫 **เลขฝรั่ง**) 不同，我們要留意一下，但阿拉伯數字和泰語數字一樣地通用，請看泰語數字與阿拉伯數字的區別：

泰語數字 เลขไทย	阿拉伯數字 เลขอารบิค	名稱 อ่านว่า	泰語數字 เลขไทย	阿拉伯數字 เลขอารบิค	名稱 อ่านว่า
๑	1	หนึ่ง	๒	2	สอง
๓	3	สาม	๔	4	สี่
๕	5	ห้า	๖	6	หก
๗	7	เจ็ด	๘	8	แปด
๙	9	เก้า	๐	0	ศูนย์
๑๐	10	สิบ	๑๑	11	สิบเอ็ด
๑๒	12	สิบสอง	๑๙	19	สิบเก้า
๒๐	20	ยี่สิบ	๓๐	30	สามสิบ
๙๙	99	เก้าสิบเก้า	๑๐๐	100	หนึ่งร้อย

หน่วย	個	1		สิบ	十	10
ร้อย	百	100		พัน	千	1,000
หมื่น	萬	10,000		แสน	十萬	100,000
ล้าน	百萬	1,000,000		สิบล้าน	千萬	10,000,000

ร้อยล้าน 萬萬(億) 100,000,000

พันล้าน 十億 1,000,000,000

หมื่นล้าน 百億 10,000,000,000

แสนล้าน 千億 100,000,000,000

ล้านล้าน 萬億 1,000,000,000,000

兩位數字以上的一字（๑）讀作 เอ็ด，例如：

๑๑ 讀作 สิบเอ็ด

๑๑๑ 讀作 หนึ่งร้อยสิบเอ็ด

๑,๐๐๑ 讀作 หนึ่งพันเอ็ด

๒๐,๐๑๑ 讀作 สองหมื่นสิบเอ็ด

๓๐๐,๐๐๑ 讀作 สามแสนเอ็ด

๔,๐๐๐,๐๐๑ 讀作 สี่ล้านเอ็ด

其他有關數目字的讀法：

ที่ ๑	讀作 ที่หนึ่ง		ที่ ๒	讀作 ที่สอง
ที่ ๓	讀作 ที่สาม		ที่ ๒๙	讀作 ที่ยี่สิบเก้า

ที่ ๑๐๐ 讀作 ที่หนึ่งร้อย

ที่ ๑๑๑ 讀作 ที่หนึ่งร้อยสิบเอ็ด

๑ / ๒ 讀作 เศษหนึ่งส่วนสอง

๓ / ๔ 讀作 เศษสามส่วนสี่

๑.๒ 讀作 หนึ่งจุดสอง

๑๓.๑๖ 讀作 สิบสามจุดสิบหก

๔๐.๙๑ 讀作 สี่สิบจุดเก้าสิบเอ็ด

๕๔๐.๐๐ 讀作 ห้าร้อยสี่สิบจุดศูนย์

% 讀作 เปอร์เซ็น

๑๐๐% 讀作 หนึ่งร้อยเปอร์เซ็น

๒.๗๐ บาท 讀作 สองบาทเจ็ดสิบสตางค์

๔.๔๐ ดอลลาร์ 讀作 สี่ดอนล่าสี่สิบเซ็น

๕.๒๕ เมตร 讀作 ห้าเมตรยี่สิบห้าเซ็นติเมตร

๔.๑๔ กิโลกรัม 讀作 สี่กิโลกรัมสิบสี่กรัม

๑ : ๒ : ๔ 讀作 หนึ่ง-ต่อ-สอง-ต่อ-สี่

๑ : ๑๐๐๐๐๐ 讀作 หนึ่ง-ต่อ-หนึ่ง-แสน

โทร. ๒๑๒๕๔๒๒ 讀作 โท-หนึ่ง-โท-ห้า-สี่-โท-โท

๙๘°ฟ 讀作 เก้า-สิบ-แปด-อง-สา-ฟา-เรน-ไฮ (ฟาเรนไฮต์)

๓๒°ซ 讀作 สาม-สิบ-สอง-อง-สา-เซน-เซียน (เซลเซียส)

๔๓๗°๒๕'๓๔" 讀作 สี่สิบเจ็ดองสายี่สิบห้าลิบดาสามสิบสี่พิลิบดา

บ้านเลขที่ ๓/๘ 讀作 บ้านเลขที่สามทับแปด

หนังสือที่ ศธ ๐๓.๐๑/๒ 讀作 หนังสือสออสุนสามจุดสุนหนึ่งทับสอง

時間的表示形式：

๐๕ : ๐๐ 讀作 ห้านาฬิกา

๑๓ : ๔๕ 讀作 สิบสามนาฬิกาสี่สิบห้านาที

๑๐ : ๑๒.๓๗ 讀作 สิบนาฬิกาสิบสองนาทีจุดสามสิบเจ็ดวินาที

上面是書面的表達形式，是比較規範的，通常口語的用法複雜一點兒，我們要加以留意，下面是書面和口語表達形式的比較：

๐๑.๐๐ น ตี ๑　凌晨一點

๐๔.๐๐ น ตี ๔　凌晨四點

๐๕.๐๐ น ตี ๕　凌晨五點

๐๖.๐๐ น ๖โมง (ตี๖ย่ำรุ่ง)　早晨六點

๐๗.๐๐ น ๗โมง (๑โมงเช้า)　早晨七點

๐๙.๐๐ น ๙โมง (๓โมงเช้า)　早晨九點

๑๑.๐๐ น ๑๑ โมง (๕โมงเช้า เพล) 上午十一點
(僧侶齋僧時間)

๑๒.๐๐ น เที่ยง (๑๒โมง)　中午十二點

๑๓.๐๐ น บ่าย (๑) โมง　下午一點

๑๔.๓๐ น บ่าย ๒ โมงครึ่ง　下午兩點半

๑๖.๐๐ น ๔ โมงเย็น (บ่าย๔โมง)　下午四點

๑๘.๐๐ น ๖ โมงเย็น (ย่ำค่ำ)　下午六點

๑๙.๐๐ น ๑ ทุ่ม　晚上七點

๒๑.๐๐ น ๓ ทุ่ม　晚上九點

๒๓.๐๐ น ๕ ทุ่ม　晚上十一點

๒๔.๐๐ น เที่ยงคืน (สองยาม)　晚上十二點(午夜)

量詞 ลักษณนาม ⑨

泰語的量詞是有一定的說法的，這是為了說明名詞的屬性。泰語的量詞一定在數詞的後面，如果數詞、量詞和名詞組合，通常名詞在前，數詞在中間量詞在後面，這點與漢語不相同，例如：**คน๒คน ไข่๓ฟอง แก้ว๔ใบ น้ำ๕หยด ข้าวโพด๕ฝัก ข้าวโพด๕กุ้ง พระภิกษุรูป** 等等。

有一些新的科學詞語，它沒有具體的量詞，就要用原來的名詞做為量詞用，例如：**โครงการ๓โครงการ**(計劃三個)。這些情況我們要留心。下面泰語常用量詞的實例：

กระบอก 支、杆、艇、門、筒、隻(只)

用於：**ข้าวหลาม**(竹筒飯) **ปืน**(槍) **ไฟฉาย**(手電筒) **ไม้ไผ่**(竹節)

กอง 隊、堆

用於：**ดิน**(土) **ทราย**(沙) **ทหาร**(軍人) **ลูกเสือ**(童子軍) **หิน**(石頭)

ก้อน 塊

用於：**ขนมปัง**(麵包) **ถ่านไฟฉาย**(電池) **ยางลบ**(橡皮擦) **สบู่**(肥皂)

กำ 把、束

用於：**ดอกไม้**(花) **ทราย**(沙) **ถั่ว**(豆) **ผักบุ้ง**(通心菜) **หญ้า**(草)

แก้ว 玻璃杯

用於：โคก(可樂) น้ำเปล่า(白水/清水) เบียร์(啤酒)
ไวน์(餐酒) สุรา(酒)

ขวด 瓶

用於：ซีอิ๊ว(醬油) น้ำมัน(食油) สไปร์ท(雪璧) เหล้า(酒)

คน 個、人

用於：เด็ก(兒童) นักศึกษา(大學生) ผู้สื่อข่าว(記者)
ผู้ใหญ่(大人)

ครอก 窩

用於：ลูกแมว(小貓) ลูกหมู(小豬) ลูกหมา(小狗)

ครั้ง 次、回

用於：เที่ยว(遊覽) ไป(去) มา(來) เยี่ยม(探望) สงคราม(戰爭)

คัน 桿、把、輛

用於：คันเบ็ด(釣竿) ซอ(琴) ไถ(犁) ธนู(弓) รถ(車) ร่ม(傘)

คู่ 對、雙

用於：เขาควาย(牛角) แจกัน(花瓶) ตะเกียบ(筷子)
รองเท้า(鞋子)

เครื่อง 台、部、架

用於：คอมพิวเตอร์(電腦) เครื่องจักร(機器) โทรทัศน์(電視)

จาน 盤、碟

用於：กับข้าว(菜餚) ขนม(點心) ข้าวผัด(炒飯)

ผัดไทย(金邊炒粉)

ฉบับ　本、期、封、份、張

用於：จดหมาย(信)　นิตยสาร(雜誌)　หนังสือพิมพ์(報紙)
　　　เอกสาร(文件)

ชั้น　層、級、班

用於：ตึก(樓房)　นักเรียน(學生)　บ้าน(屋)　อาคาร(大廈)

ชิ้น　塊、片、件、則

用於：ข่าวสาร(消息)　เนื้อวัว(牛肉)　ผ้าขาว(白布)

ชุด　套、屆、組、隊、梭

用於：กระสุน(子彈)　เครื่องน้ำชา(茶具)　เสื้อผ้า(衣服)

เชือก　頭、隻

用於：ช้าง(家象，野象用 ตัว)

ซอง　盒、包、封、筒、封、套

用於：ซองจดหมาย(信封)　เทียน(蠟燭)　ธูป(香)　บุหรี่(香煙)

ซี่　根、顆
用於：ก้านร่ม(傘杆)　ซี่โครง(肋骨)　ฟัน(牙齒)　ลูกกรง(欄杆)

ดวง　顆、粒、盞

用於：ดาว(星星)　ตรา(印章)　ตะเกียง(燈)　ไฟฟ้า(電燈)

ดอก　朵、根、把、個

用於：กุญแจ(鑰匙)　ข้าวโพด(玉米)　ดอกไม้(花朵)　　ธูป(香)

ด้าม 把、桿、支、柄

用於：ขวาน(斧頭) เคียว(鎌刀) ปากกา(鋼筆) มีด(刀)

ตน 個

用於：ผีสาง(鬼神) มาร(惡魔) ยักษ์(夜叉) วิทยาธร(持明神)
ฤาษี(隱士)

ต้น 株、根

用於：ต้นไม้(樹木) ทุเรียน(榴槤) มะพร้าว(椰子) เสา(柱子)

ตัว 隻、匹、條、件、個、頭

用於：ควาย(水牛) นก(鳥) ปลา(魚) หนังสือ(文字) หมู(豬)

แท่ง 錠、塊、支

用於：ดินสอ(鉛筆) ตะกั่ว(鉛) ทอง(金) เหล็ก(鐵)

นาย 人、位、名

用於男性：ข้าราชการ(官員) ผู้ใหญ่(成人) พ่อค้า(商人)

บาน 扇、面、塊

用於：กระจก(玻璃) กระจกเงา(鏡子) ประตู(門)
หน้าต่าง(窗戶)

ใบ 張、片、個

用於：ครก(臼) จาน(碟) ชาม(碗) ถาด(托盤) ใบไม้(樹葉)

ปาก 個、張

用於：เปล(搖籃) พยาน(證人) แห(魚網) อวน(拖網)

ผล 個

用於：ทุเรียน(榴槤) มะม่วง(芒果) มะพร้าว(椰子)
　　　มะเฟือง(楊桃)

ผืน 片、面、張、塊

用於：ธงชาติ(國旗) ผ้าห่ม(被子) พรม(毯) เสื่อ(蓆子)

แผ่น 張、片

用於：ขนมปัง(麵包) กระดาน(木板) กระดาษ(紙張)

ฝูง 群、隊

用於：เครื่องบิน(飛機) นก(鳥) ปลา(魚) แพะ(山羊) วัว(黃牛)

พวง 串

用於：กุญแจ(鑰匙) ดอกไม้(花朵) พวงมาลัย(花環)
　　　พวงหรีด(花圈)

มวน 支

用於：ซิการ์(雪茄煙) ซิการ์แร็ต(香煙) บุหรี่(香煙)

ม้วน 捲、筒、捆

用於：กระดาษ(紙張) ผ้า(布匹) แพร(綢緞) ฟิล์ม(膠卷)

มัด 捆、把、束、扎

用於：ข้าวต้มมัด(粉蕉糯米粽) ฟืน(柴火) ไม้รวก(竹)
　　　สายบัว(蓮花梗)

เม็ด 顆、粒、丸、片

用於：กรวด(卵石) กระดุม(鈕扣) ถั่ว(豆) ยา(藥)

รูป 尊、位、張

用於：**พระสงม์**(僧侶) **แม่ชี**(女姑) **รูปถ่าย**(照片) **สามเณร**(沙彌)

เรือน 隻(只)

用於：**นาฬิกาข้อมือ**(手錶) **นาฬิกาแขวน**(掛鐘)
นาฬิกาปลุก(鬧鐘)

โรง 所、家、間

用於：**โขน**(啞劇) **โรงงาน**(工廠) **โรงหนัง**(戲院) **ละคร**(戲劇)

ลำ 艘、架、隻(只)

用於：**เครื่องบิน**(飛機) **จรวด**(火箭) **ไม้ไผ่**(竹竿) **เรือ**(船)

ลูก 個

用於：**แตงโม**(西瓜) **พายุ**(颱風) **ฟุตบอล**(足球) **ส้มโอ**(柚子)

เล่ม 本、冊、部、卷、輛

用於：**เกวียน**(牛車) **เข็ม**(針) **พาย**(槳) **มีด**(刀) **หนังสือ**(書本)

วง 隻(只)、圈、攤

用於：**ตะกร้อ**(藤球) **ไพ่**(牌) **มโหรี**(樂隊) **แหวน**(戒指)

สาย 條、線、道

用於：**เข็มขัด**(腰帶) **ถนน**(馬路) **ทาง**(路) **แม่น้ำ**(河流)
สร้อย(鏈)

เส้น 條、根、道

用於：**เชือก**(繩) **ด้าย**(線) **ผม**(頭髮) **ลวด**(鐵絲) **สร้อย**(鏈)

หลัง 座、所、頂、棟、幢

用於：เก๋ง(中式涼亭) ตึก(樓房) เรือน(屋子) ศาลา(涼亭)
อาคาร(大廈)

ห่อ 包

用於：ขนม(點心) ของขวัญ(禮物) เสื้อผ้า(衣服)

องค์ 尊、位、顆、口

用於：เจดีย์(佛塔) เทพธิดา(仙女) พระ(僧人)
พระทนต์(牙齒)

อัน 個、件、根、塊

用於：แปรงสีฟัน(牙刷) ไม้บรรทัด(格尺) แว่นตา(眼鏡)

詞語 คำศัพท์ 🎧

คาบสมุทร	半島
คาบสมุทรอินโดจีน	中印半島
พม่า	緬甸
ลาว	老撾
เขมร	高棉
มาเลเซีย	馬來西亞
เนื้อที่	面積／土地面積
ประมาณ	估計／推算／大約／大概
ตาราง	平方／方格子／四方格
กิโลเมตร	公里／千米
ขนาด	規格／規模／型號／尺寸

พอๆ	適合／適當／相宜
ฝรั่งเศส	法蘭西
ประชากร	人口／國民
การบริหารราชการ	行政管理
ส่วนภูมิภาค	地方
จังหวัด	府
อำเภอ	縣
ตำบล	區
หมู่บ้าน	村
ภาคอีสาน	東北部
ภาคตะวันออก	東部
ภาคกลาง	中部
ภาคเหนือ	北部
ภาคตะวันตก	西部
ศูนย์กลาง	中心／中樞／中央
การปกครอง	管理／管制／政治
การค้าขาย	貿易／買賣
การคมนาคม	交通
ขนส่ง	運輸
คั่นแบ่ง	隔開／分隔／間隔
สองฝั่ง	兩岸
รถเก๋ง	房車
ดินสอ	鉛筆
หนังสือพิมพ์	報紙
แปรงฟัน	刷牙

ปลูกต้นไม้ 種樹

สนามบินหนองงูเห่า 農五浩機場

---

1. **ไม่...นัก** 相當於漢語"不十分"、"不太......"，例如：
   ประเทศไทยอากาศร้อนแต่ไม่ร้อนนัก 泰國天氣熱但不
   十分熱。
   ผมไปเที่ยวฮ่องกงไม่บ่อยนัก 我不太經常去香港玩。

2. **ยัง...อยู่** 相當於漢語的"還......"、"還......着"，用於表示某個動作
   還在繼續進行或者某種現象繼續存在着，例如：
   ที่กรุงเทพฯฝนยังตกอยู่ 在曼谷雨還繼續下着。
   นักศึกษายังคุยกันอยู่ 大學生還繼續在聊天着。

3. **...อยู่เรื่อย** 用在動詞後面，表示動作經常進行，也用
   อยู่เสมอ，例如：
   ลูกของฉันร้องไห้อยู่เรื่อย 我的小孩時常哭着。
   ดิฉันทานอาหารไม่เป็นเวลาก็เลยปวดท้องอยู่เรื่อย 我
   不能按時吃飯就經常肚子疼。

4. **การใช้มาลา** 語氣助詞的運用：
   นะ 用在祈使句裡表示囑咐、提醒的語氣，例如：
   มานี่นะ(來這裡啊)　**ไปด้วยนะ**(一起去呀)　**อย่านะ**(別呀)
   ดีนะ(好啊)　　**ดอกไม้นั้นสวยนะ**(那花漂亮啊)
   ใครนะ(誰呀)　**ที่ไหนนะ**(哪裡呀)　**อะไรนะ**(什麼呀)
   น่ะ 用在句子裡表示肯定的語氣，例如：
   มาน่ะ(來啊)　　**ชอบน่ะ**(喜歡啊)
   อาหารไทยน่ะอร่อยมาก(泰國餐啊很吃)

วันที่คุณมาฮ่องกง**น่ะ**ผมไปเมืองไทย(你來香港那天啊我去泰國)

สิ ซิ ซี 用在句子裡表示提議、命令或勸誘，例如：

มา**สิ**(來吧)　ทาน**สิ**(吃吧)

สวยไหม　สวย**สิ**(漂亮嗎？漂亮呀)

มาฮ่องกงไหม　มา**สิ**(來香港嗎？來吧)

จัง 用在句子裡表示極其、十分，例如：

หล่อ**จัง**(很帥)　คนนั้นสูง**จัง**(那人很高)

ดี**จัง**(很好)　สวย**จัง**(很漂亮)

เลย 用在句子裡表示肯定的意思，另外還表示就、便的意思，例如：

อารมณ์ไม่ดี**เลย**(性情一點也不好)

ไม่ชอบ**เลย**(一點也不喜歡)　สวยจัง**เลย**(非常漂亮)

เขาสูงจัง**เลย**(他真的很高)

วันนี้ว่าง**เลย**ไปหาเพื่อน(今天有空兒就去找朋友)

เขาชอบเมืองไทย**เลย**มาเที่ยวบ่อยๆ(他喜歡泰國就時常來玩)

จ๊ะ 敬語詞，用在句子裡表示疑問或祈求的語氣，多用於女性，或長輩對少女用，例如：

จะไปไหน**จ๊ะ**(要去哪裡呀)　อย่าลืมนะ**จ๊ะ**(別忘記啊)

ทานซิ**จ๊ะ**(吃呀)　หนู**จ๊ะ**(小妹啊)　มาลี**จ๊ะ**(瑪麗呀)

5. 泰語詞典的使用方法(การใช้พจนานุกรม) 需掌握以下幾方面：

第一，部首的順序是 ก - ฮ。

第二，每個詞語都按照元音的順序排列：

-ะ -ั -ัว -ัวะ -า -ำ -ิ　-ี -ึ -ื -ุ -ู เ- แ-เ-า เ-าะ เ- เีย เียะ เือ เือะ แ- แะโ- โะ ใ- ไ-,

例如：จะ จับ จาก จำจิต จีน...。

第三，沒有元音在前面，有元音在後面或上面的，例如：

กรวด กลอง กองกาง กิน กีด กึก...

第四，聲調符號的排列順序，例如：

ปา ป่า ป้า ป๋า จู้จี๋ จู๋จี๋ ตอม ต่อม ต๋อมแต๋ม。

有關短語和句子　วลีและประโยคที่เกี่ยวข้อง

1. **อาจารย์มีรถเก๋ง๒คัน** 老師有兩部房車。

2. **นักเรียนมีดินสอหลายแท่ง** 學生有好幾支鉛筆。

3. **เขาซื้อบ้านไว้เมืองไทย๒หลัง** 他在泰國買了兩間屋子。

4. **เขาคนเดียวกินผัดไทยได้๒จาน** 他一個人能吃兩碟金邊炒粉。

5. **ในบ้านเขาปลูกต้นไม้ไว้หลายต้น** 他家裡種着好幾株樹。

6. **อย่างดีวันหนึ่งต้องแปรงฟัน๒ครั้ง** 最好一天要刷牙兩次。

7. **เขาเอากระดาษ๒แผ่นมาเขียนจดหมาย** 拿兩張紙來寫信。

8. **ช่วยผมซื้อหนังสือพิมพ์สัก๒ฉบับได้ไหม** 幫我買兩份報紙可以嗎？

9. **เมื่อเช้าเขาทานขนมปัง๒แผ่นและนมแก้วหนึ่ง** 今天早上他吃兩片麵包和一杯奶。

10. **๒ทุ่มมีเครื่องบิน๒ลำมาลงที่สนามบินหนองงูเง่า** 晚上八點有兩架飛機降落在農五浩機場。

講述事情 เรื่องเล่า 🔊

ประเทศไทยตั้งอยู่ทางทิศตะวัน
ออกเฉียงใต้ของทวีปเอเซียบนคาบ
สมุทรอินโดจีน ทิศตะวันตกเฉียง
เหนือติดกับประเทศพม่า ทิศตะวันอ
อกเฉียงเหนือติดกับลาว ทิศตะวันอ
อกติดกับประเทศเขมร ทิศใต้จดประ
เทศมาเลเซีย ประเทศไทยมีเนื้อที่ประ
มาณ๕๑๔,๐๐๐ตารางกิโลเมตร
มีขนาดพอๆกับประเทศฝรั่งเศส มี
ประชากรประมาณ๖๐กว่าล้านคนกา
รบริหารราชการส่วนภูมิภาคของไทย
แบ่งออกเป็นจังหวัด อำเภอ ตำบล
และหมู่บ้าน ขณะนี้

ประเทศไทยแบ่งเป็น๗๖จังหวัด
ภาคอีสาน๑๙จังหวัด ภาคตะวันออก
๗จังหวัด ภาคกลาง๒๒จังหวัด ภาค
เหนือ๙จังหวัด ภาคตก๕จังหวัด
กรุงเทพมหานคร เป็นเมืองหลวงของ
ประเทศไทย เป็นศูนย์กลางการปกค
รอง การค้าขาย และการคมนาคม
ขนส่ง มีแม่น้ำเจ้าพระยาคั่นแบ่งเป็น
สองฝั่ง ฝั่งพระนครและฝั่งธนบุรี

泰國位於亞洲的東南部，在中南半島上。西北面與緬甸相連，東北部和老撾相連接，東面和高棉相接壤，南部至馬來西亞。泰國面積為514,000平方公里，規模和法國相似。人口六千多萬。泰國地方行政管理，分為府、縣、區、村。

現在泰國分為76個府，東北部19個府，東部7個府，中部22個府，北部9個府，西部五個府。曼谷是泰國的首都，是政治、貿易和交通運輸的中心。昭帕耶河隔開成兩岸，首都岸和吞武里岸。

換詞講新句子 เปลี่ยนศัพท์พูดประโยคใหม่

1. หล่อนแต่งตัวไปงานเลี้ยงอย่าง..... (ง่ายๆ เรียบๆ สุภาพ)

2. สมัยก่อนหนทางไม่ดี ทางเข้าชนบท..... (บุ่มๆป่ำๆ ขรุขระ)

3. งานที่เขาทำอยู่ไม่ใช่งาน..... (กล้วยๆ ง่ายๆ)

4. เขาต้องเดินมาโรงเรียนอย่าง..... (ไวๆ เร่งรีบ เฉื่อยๆ)

5. เพื่อนเขามาเที่ยวเมืองไทย...... (บ่อยๆ เรื่อย เสมอ)

練習 แบบฝึกหัด

1. จงหัดใช้ตัวเลขและลักษณนามให้คล่อง

2. จงอ่านคำต่อไปนี้ให้ถูกต้องและอธิบายความหมาย
   คาบสมุทร เนื้อที่ ประมาณ ตาราง ขนาด
   ฝรั่งเศส ประชากร การบริหารราชการ
   ส่วนภูมิภาค จังหวัด อำเภอ ตำบล หมู่บ้าน
   ศูนย์กลาง คั่นแบ่ง สองฝั่ง

3. แต่งประโยค

   (1) ประมาณ   (2) ขนาด

   (3) ศูนย์กลาง   (4) คั่นแบ่ง

4. จงขยายวลีและประโยคต่อไปนี้ให้มีเนื้อความกว้างขึ้น

   (1) วันหนึ่งต้องดื่มน้ำ..........

   (2) นักเรียนมีดินสอ..........

(3) ฝนตกหยิมๆทุกวัน..........

(4) เด็กคนนี้ค่อยๆคุ้นเคย...........

(5) เขาอุตส่าห์ไปทำงานทั้งๆที่..........

5. จงแปลประโยคเป็นจีน

(1) ของขวัญวันเกิด๓ห่อ

(2) หน้าห้องทำงานมีเก้าอี้๒ตัว

(3) เขาเคยไปเที่ยวหัวหิน๒ครั้ง

(4) เขาไปฮ่องกงซื้อรองเท้ามา๒คู่

(5) เขามีหนังสือไทยตั้งหลายเล่ม

6. จงแปลประโยคเป็นไทย

(1) 泰國有 76 個府。

(2) 他朋友有兩塊(隻)手錶。

(3) 他喜歡種泰國蘭花。

(4) 他每天工作到凌晨兩點。

(5) 他和朋友每年去泰國三次。

7. จงท่องบทเรื่องเล่าให้คล่อง

知多一點點……

各種動作 กริยาท่าทางต่างๆ

กล่อม 催眠／撫慰／愛撫／
修圓

กวาด 掃／打掃／用藥塗抹
口腔

กอด 抱／摟抱／擁抱

กัด 咬／叮／鬥爭／腐蝕／傷害

กอบ 捧

เก็บ 採／摘／撿／收／征

ขว้าง 扔／投／拋／擲

ขยี้ 揉／搓／弄碎／破壞

เขียน 寫／書寫／寫作／繪畫

ขับ 驅逐／趕／追／駕駛／開除

ขุด 挖／掘／刨／鑿／開採

คลาน 爬／爬行／匍匐前進

คิด 想／考慮／思考

เคาะ 敲／擊／敲打／搥打

จับ 握／抓／拿／捕抓／逮捕

ฉีก 撕／撕開／撕裂／撕斷

เช็ด 擦／揩／拭／擦過

ซ่อน 躲／藏／潛藏／隱藏

ซัก 洗／洗滌／查問／詢問

ซุก 躲藏／埋藏／隱藏／藏匿

ดู 看／瞧／視／望／觀／看守

เด็ด 採／摘／捻／了結／殺掉

ต้ม 煮／煎／燒／詐騙／騙取

ตัก 舀

ตัด 割／坎／斬／伐／切／斷／
剪裁

ตาก 曬／淋／曝／曬乾／忍受

ตำ 舂／搞碎／刺

เตะ 踢／蹴／踹／樸

เต้น 跳／躍／舞／跳動／搏動

แตก 破／破裂／裂開／分裂／
分散

ถอด 脫／解／拆開／譯解／仿效

ถัก 編／織／編織

ถือ 拿／持／執／握／計較

ถัด 挪動

ทอด 投／擲／放／油炸／油煎

ทา 塗／搽／敷／刷／抹

ทิ้ง 丟／拋／扔／投下／拋去

เท 灌／斟／倒／傾倒／傾瀉

นึก 想／思／思慮／考慮

แบ่ง 分／劃分／分配／奮發

ปอก 剝／削

เปลี่ยน 變／改變／更改／調換

ปิด 關／閉／合／封／蓋／貼

ป้อน 餵／飼／供給／提供

เป่า 吹

แปรง 刷／擦

เผา 燒／燃燒／焚燒／暴曬

ฝัง 埋／埋葬／掩埋／插／鑲／
嵌

พบ 會晤／會見／見面

พัก 停／歇／休息／逗留／住宿

พับ 折／疊／捲

ฟัง 聞／聽／聆聽／傾聽／聽信

ม้วน 捲／捆

มัด 捆／綁／縛

ยก 舉／抬／提／帶領

เย็บ 縫／裝訂／別

โยน 甩／丟／拋／扔／投／擲

รด 澆／淋／潑／灑

รวบ 摟／摟抱／攏／收集／捉拿

รอ 等／候／等候

ร้อง 叫／喊／嚷／唱／鳴／申訴

ริน 斟／倒

ลบ 擦／塗／抹／扣除

ล้ม 倒／跌倒／摔倒／倒塌／屠殺

ไล่ 趕／驅趕／驅逐／追／開除

วาง 擱／放／安放／放置

วิ่ง 跑／跑步／奔跑／行駛／流通

สวม 穿／戴／套／擁抱／取代

สับ 剁／切／坎

หก 灑／倒掉

หนี 逃／逃走／逃遁／逃避

หยิบ 拿／抓／取／撿

ห่อ 包／裹／打包／包裝

หั่น 切／切片／切絲

หา 找／尋／求／覓／覓找／尋覓

หิ้ว 提／手提／攜帶

อุ้ม 抱／脫

โอบ 摟／抱／摟抱／環抱

附　錄

泰語有 44 個輔音字母，按發音的特點分爲三組：高輔音、中輔音和低輔音，高輔音有 7 個音素，中輔音有 7 個音素以及低輔音有 14 個音素。三組輔音的拼讀方法有所不同，請看下列三組輔音拼讀的說明：

高輔音 อักษรสูง	中輔音 อักษรกลาง	低輔音 อักษรต่ำ
ข ฃ ฉ ฐ ถ ผ ฝ ศ ษ ส ห	ก จ ฎ ฏ ด ต บ ป อ	ค ต ฆ ง ช ซ ฌ ญ ฑ ฒ ณ ท ธ น พ ฟ ภ ม ย ร ล ว ฬ ฮ

สามัญ	เอก	โท	ตรี	จัตวา	สามัญ	เอก	โท	ตรี	จัตวา	สามัญ	เอก	โท	ตรี	จัตวา
-	ข่า	ข้า	-	ขา	กา	ก่า	ก้า	ก๊า	ก๋า	ชา	-	ช่า	ช้า	-
-	ข่าว	ข้าว	-	ขาว	ดา	ด่า	ด้า	ด๊า	ด๋า	คา	-	ค่า	ค้า	-
-	ห่า	ห้า	-	หา	บน	บ่น	บั้น	บ๊น	บ๋น	ทาน	-	ท่าน	ท้าน	-
-	ผ่า	ผ้า	-	ผา	จาย	จ่าย	จ้าย	จ๊าย	จ๋าย	ราน	-	ร่าน	ร้าน	-

พื้นเสียง เป็นเสียง จัตวา ผันได้๒รูป คือ เอก โท	พื้นเสียงเป็นเสียงสามัญ ผันได้ทั้ง๔รูป คือ เอก โท ตรี จัตวา	พื้นเสียงเป็นเสียง สามัญ ผันได้๒รูป คือ เอก โท

คำเป็น	๑. พยางค์ที่ประสมด้วยสระเสียงยาวในแม่ ก กา ๒. พยางค์ที่มีตัวสะกดในแม่ กง กน กม เกย เกอว ๓. พยางค์ที่ประสมด้วยสระ อำ ไอ ใอ เอา		
- ขะ ขั้ะ - - - ขด ขั้ด - - - ขบ ขับ - - - ฉก ฉั้ก - - พื้นเสียงเป็นเสียงเอก ผันได้๑รูป คือ โท	- กะ ก้ะ ก๊ะ ก๋ะ - กด ก้ด ก๊ด ก๋ด - กก ก้ก ก๊ก ก๋ก - ปาด ป้าด ป๊าด ป๋าด พื้นเสียงเป็นเสียงเอก ผันได้๓รูป คือ โท ตรี จัตวา	๑. คำตายเสียงสั้น - - น่ะ นะ น๋ะ - - ค่ะ คะ ค๋ะ - - ล่ะ ละ ล๋ะ พื้นเสียงเป็นเสียงตรี ผันได้๒รูป คือ เอก จัตวา ๒. คำตายเสียงยาว – – โคก โค้ก โค๋ก – – วาก ว้าก ว๋าก – – โนด โน้ด โน๋ด พื้นเสียงเป็นเสียงโทผันได้ ๒รูป คือ โท จัตวา	
คำตาย	๑. พยางค์ที่ประสมด้วยสระเสียงสั้นในแม่ ก กา (ยกเว้น อำ ไอ ใอ เอา) ๒. พยางค์ที่มีตัวสะกดในแม่ กด กบ กก		

泰國度量衡 มาตราชั่งตวงวัดของไทย

重量單位 มาตราชั่งน้ำหนัก

4 สลึง (錢) ＝1 บาท (銖)
4 บาท (銖) ＝1 ตำลึง (兩)
20 ตำลึง (兩) ＝1 ชั่ง (斤)
50 ชั่ง (斤) ＝1 หาบ (擔)

珠寶重量單位 มาตราชั่งเพชรพลอย

1 กะรัด (克拉) ＝20 เซนติกรัม (釐克)
1 หรือ＝200 มิลลิกรัม (毫克)

黃金重量單位 มาตราชั่งทองคำ

1 บาท (銖) ＝4 สลึง (錢)
1 บาท (銖) ＝15 กรัม (克)

容量單位 มาตราตวง (วัดปริมาตร)

20 ทะนาน (泰升) ＝1 ถัง (桶=20 公斤)
25 ทะนาน (泰升) ＝1 สัด (泰斗=25 公升)
50 ถัง (泰桶) ＝1 บั้น (泰石=333.3 公升)
2 บั้น (泰石) ＝1 เกวียน (車=2000 公升)

面積單位 มาตราวัดพื้นที่

100 ตารางวา (平方泰丈) ＝1 งาน (昂=400 平方公尺)
4 งาน (昂) ＝1 ไร่ (泰畝=1600 平方公尺)
400 ตารางวา (平方泰丈) ＝1 ไร่ (泰畝=1600 平方公尺)

長度單位 มาตราวัดความยาว

4 กระเบียด (泰分=0.635 厘米) ＝ 1 นิ้ว (泰寸=2.08 厘米)

12 นิ้ว (泰寸) ＝ 1 คืบ (半泰尺=25 厘米)

2 คืบ (半泰尺) ＝ 1 ศอก (泰尺=50 厘米)

4 ศอก (泰尺) ＝ 1 วา (泰丈=2 公尺)

20 วา (泰丈) ＝ 1 เส้น (泰里=40 公尺)

400 เส้น (泰里) ＝ 1 โยชน์ (喻=16 公里)

十二黃道 จักรราศี

๑. ราศีเมษ (แกะ)　白羊座

๒. ราศีพฤษก (วัว)　金牛座

๓. ราศีเมถุน (คนคู่)　雙子座

๔. ราศีกรกฏ (ปู)　巨蟹座

๕. ราศีสิงห์ (สิงห์)　獅子座

๖. ราศีกันย์ (หญิงสาว)　處女座

๗. ราศีดุล (คันชั่ง)　天平座

๘. ราศีพิจิก (แมงป่อง)　天蠍座

๙. ราศีธนู (ธนู)　人馬座

๑๐. ราศีมังกร (มังกร)　山羊座

๑๑. ราศีกุมภ์ (หม้อน้ำ)　水瓶座

๑๒. ราศีมีน (ปลา)　雙魚座

十二生肖 ปีนักษัตร

๑. ชวด (หนู) 鼠年　　๒. ฉลู (วัว) 牛年
๓. ขาล (เสือ) 虎年　　๔. เถาะ (กระต่าย) 兔年
๕. มะโรง (งูใหญ่) 龍年　　๖. มะเส็ง (งูเล็ก) 蛇年
๗. มะเมีย (ม้า) 馬年　　๘. มะแม (แพะ) 羊年
๙. วอก (ลิง) 猴年　　๑๐. ระกา (ไก่) 雞年
๑๑. จอ (หมา) 狗年　　๑๒. กุน (หมู) 豬年

泰國 76 府 ประเทศไทย๗๖จังหวัด

1. กรุงเทพมหานคร 曼谷
2. กระบี่ 甲米府
3. กาญจนบุรี 北碧府
4. กาฬสินธุ์ 膠拉信府
5. กำแพงเพชร 甘烹碧府
6. ขอนแก่น 孔敬府
7. จันทบุรี 尖竹汶府
8. ฉะเชิงเทรา 北柳府
9. ชลบุรี 春武里府
10. ชัยนาท 猜納府
11. ชัยภูมิ 猜也奔府
12. ชุมพร 春蓬府
13. เชียงราย 昌萊府
14. เชียงใหม่ 清邁府
15. ตรัง 董里府
16. ตราด 噠叻府
17. ตาก 噠府
18. นครนายก 那空那育府
19. นครปฐม 佛統府
20. นครพนม 那空帕農府
21. นครราชสีมา 那空叻是嗎府
22. นครศรีธรรมราช 洛坤府
23. นครสวรรค์ 那空沙旺府
24. นนทบุรี 暖武里府
25. นราธิวาส 那拉特越府
26. น่าน 難府
27. บุรีรัมย์ 武里喃府
28. ปทุมธานี 巴吞他尼府
29. ประจวบคีรีขันธ์ 巴蜀府
30. ปราจีนบุรี 巴真武里府
31. ปัตตานี 北大年府
32. พระนครศรีอยุธยา 阿

育他耶府

33. **พะเยา** 帕夭府
34. **พังงา** 攀牙府
35. **พัทลุง** 博他崙府
36. **พิจิตร** 披集府
37. **พิษณุโลก** 彭世洛府
38. **เพชรบุรี** 佛丕府
39. **เพชรบูรณ์** 碧差汶府
40. **แพร่** 帕府
41. **ภูเก็ต** 普吉府
42. **มหาสารคาม** 嗎哈沙拉堪府
43. **มุกดาหาร** 莫拉限府
44. **แม่ฮ่องสอน** 夜豐頌府
45. **ยโสธร** 也梭吞府
46. **ยะลา** 惹拉府
47. **ร้อยเอ็ด** 黎逸府
48. **ระนอง** 拉農府
49. **ระยอง** 羅勇府
50. **ราชบุรี** 叻丕府
51. **ลพบุรี** 華富里府
52. **ลำปาง** 喃邦府
53. **ลำพูน** 喃奔府
54. **เลย** 萊府

55. **ศรีสะเกษ** 四色菊府
56. **สกลนคร** 沙功那空府
57. **สงขลา** 宋卡府
58. **สตูล** 沙敦府
59. **สมุทรปราการ** 北攬府
60. **สมุทรสงคราม** 夜功府
61. **สมุทรสาคร** 龍子厝府
62. **สระแก้ว** 沙繳府
63. **สระบุรี** 北標府
64. **สิงห์บุรี** 信武里府
65. **สุโขทัย** 素可泰府
66. **สุพรรณบุรี** 素攀武里府
67. **สุราษฎร์ธานี** 素拉他尼府
68. **สุรินทร์** 素輦府
69. **หนองคาย** 廊開府
70. **หนองบัวลำภู** 農蘑南普府
71. **อ่างทอง** 紅統府
72. **อำนาจเจริญ** 庵納乍倫府
73. **อุดรธานี** 烏隆府
74. **อุตรติตถ์** 程逸府
75. **อุทัยธานี** 烏泰他尼府
76. **อุบลราชธานี** 烏汶府

國王名字 พระนาม	治理國家年份 佛曆／西元 ปีครองราช(พ.ศ.)	王朝 ราชวงศ
素可泰王朝 กรุงสุโขทัย		
พ่อขุนศรีอินทราทิตย์ 坡坤西因塔拉替	1792 – 一 1249 – 一	**พระร่วง** 帕隆王朝
พ่อขุนบานเมือง 坡坤班蒙	– 1822 – 1279	**พระร่วง** 帕隆王朝
พ่อขุนรามคำแหงมหาราช 坡坤藍甘亨大帝	1822 – 1841 1279 – 1298	**พระร่วง** 帕隆王朝
พระยาเลอไทย 帕耶勒泰	1841 – 一 1298 – 一	**พระร่วง** 帕隆王朝
พระยางั่วนำถม 帕耶鄂南同	一 – 1890 一 – 1347	**พระร่วง** 帕隆王朝
พระมหาธรรมราชาที่ 1 (ลิไทย) 帕瑪合貪瑪拉差第一 (里泰)	1890 – 1911 - 1917 之間 1347 – 1368 - 1374 之間	**พระร่วง** 帕隆王朝
พระมหาธรรมราชาที่ 2 帕瑪合貪瑪拉差第二	1911-1917 – 1942 1368-1374 之 間 – 1399	**พระร่วง** 帕隆王朝
พระมหาธรรมราชาที่ 3 (ไสลือไทย) 帕瑪合貪瑪拉差第三 (賽勒泰)	1942 – 1962 1399 – 1419	**พระร่วง** 帕隆王朝

國王名字 พระนาม	治理國家年份 佛曆／西元 ปีครองราช (พ.ศ.)	王朝 ราชวงศ
พระมหาธรรมราชาที่ 4 (บรมปาล)	1962 – 1981	พระร่วง
帕瑪合貪瑪拉差第四（坡隆班）	1419 – 1438	帕隆王朝
西阿育他耶王朝（大城王朝）**กรุงศรีอยุธยา**		
สมเด็จพระรามาธิบดีที่ 1 (อู่ทอง)	1893 – 1912	อู่ทอง
帕拉瑪替波迪第一（烏通）	1350 – 1369	烏通王朝
สมเด็จพระราเมศวร (สมัยที่ 1)	1912 – 1913	อู่ทอง
帕拉祕萱（第一屆）	1369 – 1370	烏通王朝
สมเด็จพระบรมราชา ธิราชที่ 1 (พะงั่ว)	1913 – 1931	สุพรรณภูมิ
帕波隆瑪拉差替拉第一（帕瓦）	1370 – 1388	素攀納普王朝
สมเด็จพระเจ้าทองลัน	1931 – 1931	สุพรรณภูมิ
帕昭通藍	1388 – 1388	素攀納普王朝
สมเด็จพระราเมศวร (สมัยที่ 2)	1931 – 1938	อู่ทอง
帕拉祕萱（第二屆）	1388 – 1395	烏通王朝
สมเด็จพระรามราชาธิราช	1938 – 1952	อู่ทอง
帕拉瑪拉差替拉	1395 – 1409	烏通王朝
สมเด็จพระอินทราชา (เจ้านครอินทร์)	1952 – 1967	สุพรรณภูมิ
帕因塔拉差（昭那空因）	1409 – 1424	素攀納普王朝
สมเด็จพระบรมราชา	1967 – 1991	สุพรรณภูมิ

國王名字 พระนาม	治理國家年份 佛曆／西元 ปีครองราช(พ.ศ.)	王朝 ราชวงศ
ธิราชที่2 帕波隆瑪拉差替拉第二	1424 – 1448	素攀納普王朝
สมเด็จพระบรมไตรโลกนาถ 帕波隆岱洛拿	1991 – 2031 1448 – 1488	**สุพรรณภูมิ** 素攀納普王朝
สมเด็จพระบรมราชาที่ 3 帕波隆瑪拉差第三	2031 – 2034 1488 – 1491	**สุพรรณภูมิ** 素攀納普王朝
สมเด็จพระรามาธิบดีที่ 2 帕拉瑪替波迪第二	2034 – 2072 1491 – 1529	**สุพรรณภูมิ** 素攀納普王朝
สมเด็จพระบรมราชาธิราชที่ 4 帕波隆瑪拉差替拉第四	2072 – 2076 1529 – 1533	**สุพรรณภูมิ** 素攀納普王朝
พระรัษฎาธิราช 帕勒沙達替拉	2076 – 2077 1533 – 1534	**สุพรรณภูมิ** 素攀納普王朝
สมเด็จพระชัยราชาธิราช 帕猜拉差替拉	2077 – 2089 1534 – 1546	**สุพรรณภูมิ** 素攀納普王朝
พระยอดฟ้า (**พระแก้วฟ้า**) 帕唷發（帕緻發）	2089 – 2091 1546 – 1548	**สุพรรณภูมิ** 素攀納普王朝
สมเด็จพระมหาจักรพรรดิ 帕瑪合節咖葩	2091 – 2111 1548 – 1568	**สุพรรณภูมิ** 素攀納普王朝
สมเด็จพระมหินทราธิราช 帕瑪欣塔拉替勒	2111 – 2112 1568 – 1569	**สุพรรณภูมิ** 素攀納普王朝
สมเด็จพระมหาธรรมราชาธิราช 帕瑪合貪瑪拉差替勒	2112 – 2133 1569 – 1590	**สุโขทัย** 素可泰王朝

國王名字 พระนาม	治理國家年份 佛曆／西元 ปีครองราช(พ.ศ.)	王朝 ราชวงศ
สมเด็จพระนเรศวรมหาราช 帕納黎萱大帝	2133 – 2148 1590 – 1605	**สุโขทัย** 素可泰王朝
สมเด็จพระเอกาทศรถ 帕益咖拖沙羅	2148 – 2153 1605 – 1610	**สุโขไทย** 素可泰王朝
พระศรีเสาวภาคย์ 帕西紹瓦博	2153 – 2154 1610 – 1611	**สุโขทัย** 素可泰王朝
สมเด็จพระเจ้าทรงธรรม 帕昭嵩貪	2154 – 2171 1611 – 1628	**สุโขทัย** 素可泰王朝
สมเด็จพระเชษฐาธิราช 帕策沙邈替勒	2171 – 2172 1628 – 1629	**สุโขทัย** 素可泰王朝
พระอาทิตยวงศ์ 帕阿替亞旺	2172 – 2172 1629 – 1629	**สุโขทัย** 素可泰王朝
สมเด็จพระเจ้าปราสาททอง 帕昭巴塞通	2172 – 2199 1629 – 1656	**ปราสาททอง** 巴塞通王朝
สมเด็จเจ้าฟ้าไชย 昭發彩	2199 – 2199 1656 – 1656	**ปราสาททอง** 巴塞通王朝
สมเด็จพระศรีสุธรรมราชา 帕西素貪瑪拉差	2199 – 2199 1656 – 1656	**ปราสาททอง** 巴塞通王朝
สมเด็จพระนารายณ์มหาราช 帕納萊大帝	2199 – 2231 1656 – 1688	**ปราสาททอง** 巴塞通王朝
สมเด็จพระเพทราชา 帕貼拉差	2231 – 2246 1688 – 1703	**บ้านพลูหลวง** 班普鑾王朝
สมเด็จพระสรรเพชญ์ที่ 8 帕參瞥第八	2246 – 2251 1703 – 1708	**บ้านพลูหลวง** 班普鑾王朝

國王名字 พระนาม	治理國家年份 佛曆／西元 ปีครองราช(พ.ศ.)	王朝 ราชวงศ
สมเด็จพระสรรเพชญ์ท 9 帕參瞥第九	2251 – 2275 1708 – 1732	**บ้านพลูหลวง** 班普鑾王朝
สมเด็จพระบรมราชาธิราชที่ 3 帕波隆瑪拉差替拉第三	2275 – 2301 1732 – 1758	**บ้านพลูหลวง** 班普鑾王朝
สมเด็จพระเจ้าอุทุมพร 帕昭烏吞攀	2301 – 2301 1758 – 1758	**บ้านพลูหลวง** 班普鑾王朝
พระเจ้าเอกทัศ 帕昭益咖拓	2301 – 2310 1758 – 1767	**บ้านพลูหลวง** 班普鑾王朝

吞武里王朝 **กรุงธนบุรี**

สมเด็จพระเจ้าตากสินมหาราช 帕昭達信大帝	2310 – 2325 1767 – 1782	– – – –

曼谷王朝 **กรุงรัตนโกสินทร์**

สมเด็จพระพุทธยอดฟ้าจุฬา **โลกมหาราช** 帕佛陀約法朱拉羅大帝	2325 – 2352 1782 - 1809	**จักรี** 卻克里王朝
สมเด็จพระพุทธเลิศหล้า **นภาลัย** 帕佛陀勒臘那帕萊	2352 – 2367 1809 - 1824	**จักรี** 卻克里王朝
สมเด็จพระนั่งเกล้า **เจ้าอยู่หัว** 帕南誥昭儒華	2367 – 2394 1824 – 1851	**จักรี** 卻克里王朝

國王名字 พระนาม	治理國家年份 佛曆／西元 ปีครองราช(พ.ศ.)	王朝 ราชวงศ
สมเด็จพระจอมเกล้าเจ้าอยู่หัว 帕宗誥昭儒華	2394 – 2411 1851 – 1868	**จักรี** 卻克里王朝
สมเด็จพระจุลจอมเกล้าเจ้าอยู่หัว 帕尊宗誥昭儒華	2411 – 2453 1868 - 1910	**จักรี** 卻克里王朝
สมเด็จพระมงกุฎเกล้าเจ้าอยู่หัว 帕蒙固誥昭儒華	2453 – 2468 1910 – 1925	**จักรี** 卻克里王朝
สมเด็จพระปกเกล้าเจ้าอยู่หัว 帕樸誥昭儒華	2468 – 2477 1925 – 1934	**จักรี** 卻克里王朝
สมเด็จพระเจ้าอยู่หัวอานันทมหิดล 帕昭儒華亞南邅瑪希敦	2477 – 2489 1934 - 1946	**จักรี** 卻克里王朝
สมเด็จพระเจ้าอยู่หัวภูมิพลอดุลยเดชมหาราช 帕昭儒華普密蓬阿敦疊大帝	2489 -ปัจจุบัน 1946 – 至今	**จักรี** 卻克里王朝

註：佛曆比公元早 543 年，泰國以佛曆計算年份。